మేఘ సందేశం

✍

మైలవరపు లక్ష్మీనరసింహం

విక్టరీ పబ్లిషర్స్

డోర్. నెం. 29-2-34,
రామమందిరం వీధి,
ఏలూర్ రోడ్,
విజయవాడ- 520 002.
ఫోన్ : 0866 - 2444156

డోర్. నెం. 2-4-1085, ప్లాట్ నెం. 3,
సాయిలక్ష్మీనికేతన్,
రామకృష్ణా హాస్పటల్ ఎదురు వీధి,
నింబోలి అడ్డా, హైదరాబాద్ 500027
సెల్ : 98481 22879

VICTORY

మేఘసందేశం

ప్రథమ ముద్రణ - 2017

వెల. రూ. 70-00

Visit us:
www.victorypublishers .in

Also available at :
www.newshunt.com
www.kinige.com

సోల్ డిస్ట్రిబ్యూటర్స్ : ఆంధ్రప్రదేశ్

సాయి వెంకటేశ్వర బుక్ డిపో
26-27-77, బాటా షోరూమ్ ఎదురు,
గాంధీనగర్, విజయవాడ - 520 003.
ఫోన్ : (0866) 2570192

సోల్ డిస్ట్రిబ్యూటర్స్ : తెలంగాణ

బుక్ సెలక్షన్ సెంటర్
కె.డి. హౌస్, 3-5-121/ఇ/1/2,
షాలిమార్ ఫంక్షన్ హాల్ దగ్గర,
రామకోటి, హైదరాబాద్.
ఫోన్ : (040) 23446841, 23446843
(ఇ-మెయిల్) bschydin@gmail.com.

బుక్ సెలక్షన్ సెంటర్
తిరుమల కమర్షియల్ కాంప్లెక్స్,
కామత్ హోటల్ ఎదురు, ఎస్.డి.రోడ్,
సికింద్రాబాద్. ఫోన్ : (040) 23446849

మనవి : మాచే ప్రచురించబడిన అన్ని రకముల పుస్తకములు అన్ని ప్రముఖ బుక్ షాపులలోను, విశాలాంధ్ర మరియు ప్రజాశక్తి బుక్ హౌస్ అన్ని బ్రాంచిలలోను లభించును. లభించని యెడల మమ్ములను నేరుగా సంప్రదించగలరు. పుస్తకాలలో ఏవైనా లోపాలు, తప్పులు ఉన్నా తెలియచేసిన తదుపరి ముద్రణలో సరిచేయగలం. ఏ విషయమైన **ramakumarimmadisetty @gmail.com** మెయిల్‌కు తెలియ జేయవచ్చును. మీకు కావలసిన పుస్తకాలకు : **SBI online A/c. No. 31712393082** సాయి వేంకటేశ్వర బుక్ డిపో, విజయవాడ పేరున జమచేసి, మీకు దగ్గర గల ట్రాన్స్‌పోర్టు వివరాలు తెలుపవలెను.

***Published by :* విక్టరీ పబ్లిషర్స్, విజయవాడ**

మేఘ సందేశం

ఓం శ్రీ గురుభ్యో నమః

శ్రీ వాల్మీకి వ్యాసకాళిదాస గురుభ్యోః మహద్భ్యోనమః

మనవి

ఆత్మీయులు శ్రీ ఇమ్మడిశెట్టి రామకుమార్‌గారు మొదటిసారిగా నాచేత సుందరమంత్ర పూర్వకమైన సుందరకాండ వచన పారాయణ గ్రంథం రచింపజేశారు. మా కుటుంబసభ్యులు బంధుమిత్రులు మా సంస్కృత పాఠశాల శిష్యులు అందరూ పారాయణం చేస్తున్నారు. చాలా సంతోషం. ఆ పుణ్యఫలం ధర్మపత్నీసహితులైన శ్రీరామకుమార్‌గారికి వారి కుటుంబ సభ్యులకు ఆయురారోగ్య భోగభాగ్యాలను నిరంతరమైన ఆధ్యాత్మిక చింతనను అనుగ్రహించును గాక! ఇది నా రెండవ రచన. మేఘసందేశ వైభవం.

గురువందనము :

మాతరం రమణాంబాం చ, శాంతాం సౌమ్యాం దయామయీం ।
సత్యనారాయణాఖ్యం చ, పితరం తం నమామ్యహం ॥
చిర్రావూరీతి వంశస్థం, పండితం శ్రోత్రియం గురుం ।
అనంత పద్మనాభం చ, గురుపత్నీం నమామ్యహం ॥

సంస్కృతాంధ్ర భాషలతో మంచి ప్రవేశాన్ని అందించిన మా అమ్మగారు, నాన్నగారు, కీర్తిశేషులు మైలవరపు వేంకటరమణాంబ సత్యనారాయణగార్లకు నమస్కరిస్తున్నాను. సంస్కృత కావ్య పరిజ్ఞానాన్ని వ్యాకరణ శాస్త్రాన్ని బోధించిన గురువర్యులు పండిత తపస్వులు దివ్యశ్రీ చిఱ్ఱావూరి అనంత పద్మనాభ శాస్త్రిగారికి, గురుపత్ని సుబ్బలక్ష్మమ్మగారికి నమస్సుమాంజలి.

సుమారుగా నెలా పదిహేను రోజుల వ్యవధిలో కవికులగురు శ్రీ కాళిదాస మహాకవి విరచిత మేఘసందేశ కావ్య విశేషాలను, 'మేఘసందేశ వైభవం'గా రాయటానికి సహకరించిన అర్ధాంగి శ్రీమతి వసంతలక్ష్మికి శుభాశీః పూర్వకాభి వందనలు.

మేఘసందేశ కావ్యం ఒక శృంగార రసగుళిక. ఆలోచనామృతత్వాన్ని కలిగించే విశిష్టమైన రసవత్తర కావ్యం. సంస్కృత భాషలో, దేశ విదేశ భాషలలో అనేక సందేశ కావ్యాలకు మార్గదర్శనం చేసిన మహాకావ్యమిది. పరిమాణంలో ఖండకావ్యమైనా, విభిన్న కోణాల్లో భారతీయ చారిత్రక, భౌగోళిక, పారమార్థికాంశాల వర్ణనలతో సాంస్కృతికంగా

మేఘ సందేశం

భారతదేశానికి గురుస్థానాన్ని కల్పించిన మహోత్తమ కావ్యం మేఘసందేశ కావ్యం. 'స్వధర్మే నిధనం శ్రేయః', స్వధర్మాచరణలో కష్టాలు కలిగినా భయపడకుండా భగవదనుగ్రహంతో ముందుకు సాగేవారికి, ఏదో ఒక రూపంలో ఆ భగవంతుని అనుగ్రహం లభిస్తుంది. అనటానికి నిదర్శనం ఈ కావ్యం. నిరంతర శివపూజాదురంధరుడైన కుబేరుడి యొక్క శివారాధనకు ఆటంకం కలిగించినందుకు ఆయన యొక్క శాపానికి గురి అయ్యాడు. హేమమాలి అనే యక్షుడు. స్వధర్మాచరణలో లోపం కలిగింది దానికి కారణం మోహం అయినప్పటికీ భగవదనుగ్రహం వల్ల శాపమే వరంగా పరిణమించింది. శ్రీ సీతారామ చంద్రులు సంచరించిన పుణ్యభూమి. రామగిరిలో ప్రవాస నివాసం కలగటంతో నాలుగు మాసాలకు ముందే అలకాపురికి చేరాడు మేఘసందేశ వైభవం కారణంగా.

స్థూలంగా ఇతివృత్తం చాలా చిన్నది. మేఘుడికి దిశానిర్దేశం చేస్తూ చారిత్రిక ప్రసిద్ధి కలిగిన నగరాలు తీర్థాలు క్షేత్రాలు పర్వతాలు వాటి వైశిష్ట్యాన్ని వివరించిన మహాకవి కాళిదాసు భారతీయ ఆత్మతత్త్వాన్ని అక్షరాక్షరంలో తీర్చిదిద్దిన మహర్షి. మహామహోపాధ్యాయులు పదవాక్య ప్రమాణ పారానార పారీణులు కొలచల మల్లినాధసూరిగారి సంజీవినీ వ్యాఖ్య ఆధారంగా మేఘసందేశ వైభవాన్ని పాఠకులకు అందించటానికి యధాశక్తి ప్రయత్నించాను.

"యది దోషా భవంత్సస్మన్, క్షంతవ్యోఽ హం కృసాదృశా" ఈ కావ్య వైభవ రచనలో దోషాలుండవచ్చు. పండితులు దయతో క్షమాపూర్వకంగా లోటుపాట్లను సూచించగలరని మనవి.

మరోమారు విక్టరీ పబ్లిషర్స్ అధినేత శ్రీరామకుమార్‌గారికి, ఈ మహావకాశాన్ని కలుగచేసినందుకు ధన్యవాదములతో

'స్వస్తి'

శ్రీమద్దుర్ముఖి నామ సంవత్సర
ఉత్తరాయణ ఫాల్గుణ శుద్ధ పూర్ణిమా భానువాసరః,
12.3.2017

మైలవరపు లక్ష్మీనరసింహం
సంస్కృత భాషా ప్రచారకులు,
చరవాణి 9848847250

మేఘ సందేశం

విషయానుక్రమణిక

పూర్వభాగం

పూర్వమేఘం - ప్రథమ సర్గ

మేఘ సందేశం

ఉత్తర మేఘం - ద్వితీయ సర్గ

మహాకవి కాళిదాసకృత

మేఘసందేశ కావ్యం

కావ్య నిర్వచనం :

"కావ్యం యశసే అర్థకృతే వ్యవహారవిదే శివేతరక్షతయే" అని కావ్య ప్రకాశం అనే అలంకారగ్రంథంలో మమ్మటాచార్యులవారు తెలియజేశారు.

'కవేః కర్మ కావ్యం' 'వాక్యం రసాత్మకం కావ్యం' నవరసభావాలతో మనోరంజక మైన వాక్యమే కావ్యం. అలాంటి కావ్యాన్ని రచించేవాడే కవి. 'కవయితే ఇతి కవిః' వర్ణించేవాడే కవి.

అలాంటి రమణీయమైన రచన మంచిపేరును కలిగిస్తుంది, జీవిత పరమార్థాన్ని తెలియజేస్తూ ఎవరితో ఎలా మాట్లాడాలి, ఎలా ప్రవర్తించాలి, ఇలాంటి వ్యవహార జ్ఞానం కూడా కావ్యపఠనంవల్ల కలుగుతుంది. అశుభాన్ని తొలగించి శుభాన్ని కలిగించే సందేశాన్ని సమాజానికి అందిస్తుంది.

అలాంటి కావ్యాలు వేదకాలం నాటినుంచీ ఉన్నాయి. ఋగ్వేదంలోని దేవతా వర్ణనలు కావ్యలక్షణాలతో దర్శనమిస్తాయి. పురాణాల్లో అగ్ని పురాణంలాంటి గ్రంథాలు కావ్యరచనకు మార్గదర్శకాలయ్యాయి.

రామస్య అయనం రామాయణం. శ్రీరామచంద్రుడి చరిత్రను మొదటిసారిగా మహాకావ్యంగా ఆదికావ్యంగా అందించిన మహర్షి ఆదికవి వాల్మీకి. త్రేతాయుగ సామాజి కాంశాలు ధార్మికాంశాలు ఆచార వ్యవహారాలు వాల్మీకి రామాయణంలో దర్శనమిస్తాయి.

మేఘ సందేశం

వేదవ్యాసులవారు రచించిన లక్షశ్లోకాల మహాభారతం, దానికి పరిశిష్టగ్రంథమైన హరివంశం (ఇరవై అయిదు వేల శ్లోకాలు) ఒక బృహత్తరకావ్యంగా ద్వాపరయుగ చారిత్రకాంశాలను దర్శింపజేస్తుంది.

కాళిదాస మహాకవి

ఆ క్రమంలో కలియుగ ప్రథమ పాదం క్రీస్తుపూర్వం మొదటి శతాబ్దంలో మహాకావ్యరచనను ప్రారంభించిన మహాకవి కాళిదాసు వాల్మీకి వ్యాసాదులను మార్గదర్శకులైన గురువులుగా భావించి కావ్య రచనకుపక్రమించాడు.

శ్లో ॥ "పురా కవీనాం గణనాప్రసంగే, కనిష్ఠికాధిష్ఠిత కాళిదాసః ।
అద్యాపి తత్తుల్యకవే రభావాత్, అనామికా సార్థవతీ బభూవ ॥"

'పూర్వం కవులను లెక్కించే సందర్భంలో, మొదటివాడు కాళిదాసు అని చిటికెన వ్రేలిపై లెక్కపెట్టి రెండవ స్థానంలో ఎవరున్నారా! అని ఎంత ఆలోచించినా మరో కవి పేరు దొరకలేదుట. ఇప్పటికీ కూడా ఆ మహాకవి తరువాత స్థానాన్ని ఎవ్వరూ కూడా పొందలేకపోవటం వల్ల రెండవవేలు అనామిక పేరు లేనిదిగానే అర్థవంతమైనదిట'

ఇది వాక్చమత్కారంగా కనిపించినా వాక్పటుత్వమనే చెప్పాలి. వాల్మీకి వ్యాసాదులు మహర్షులు వారి స్థానం వారిదే. ఈ యుగంలో కాళిదాస స్థానం మరెవ్వరికీ రానే రాదు. "గగనం గగనాకారం, సాగరస్సాగరోపమః' అని ఆలంకారికులు అనన్వయాలంకారానికి ఉదాహరణ చెప్పారు. ఆకాశానికి ఆకాశమే సాటి, సాగరానికి సాగరమే సాటి. కాళిదాస మహాకవికి ఆయనే సాటి.

అద్వితీయుడైన కాళిదాస మహాకవి, క్రీస్తుపూర్వం మొదటి శతాబ్దిలో అవంతికా నగరాన్ని (మధ్యప్రదేశ్ రాష్ట్రంలోని ఉజ్జయినీ) రాజధానిగా చేసుకొని మనదేశాన్ని పాలించిన విక్రమార్కుని ఆస్థానంలో మహాకవిగా ఉండేవాడు. కవికుల గురువు కాళిదాసు అని చారిత్రికమైన ప్రమాణం కనిపిస్తుంది. బల్లాలసేనుడనే సంస్కృతకవి 'భోజప్రబంధ' మనే కావ్యాన్ని రచించాడు. విక్రమార్కుడి సభలో నవరత్నాలుగా ప్రసిద్ధి పొందిన కవులుండేవారని ఆ గ్రంథంలోని శ్లోకం వల్ల స్పష్టమవుతుంది.

శ్లో ॥ "ధన్వంతరి క్షపణకామరసింహశంకు
భేతాళభట్ట ఘటకర్పర కాళిదాసాః ।

మేఘ సందేశం

ఖ్యాతో వరాహమిహిరో నృపతే స్సభాయాం,
రత్నానివై వరరుచిర్నవ విక్రమస్య ॥"

విక్రమాదిత్యుని ఆస్థానంలో ధన్వంతరి, క్షపణకుడు అమరసింహుడు, శంకుభట్టు, భేతాళభట్టు, ఘటకర్పరుడు, కాళిదాసు వరాహమిహిరుడు, వరరుచి. ఈ తొమ్మిదిమంది నవరత్నాలుగా ప్రసిద్ధి పొందారు'. ఈ ప్రామాణిక వచనం వల్ల కాళిదాస కాలం స్పష్టమవుతుంది. ఇరవై యొక్క శతాబ్దాల క్రితం సరస్వతీరూపుడైన కవికుల గురువు అద్భుతములైన రెండు మహాకావ్యాలను రెండు కావ్యాలను మూడు రూపకాలను రచించి సంస్కృత సాహితీ వియత్పథంలో ధ్రువతారగా చిరస్మరణీయుడయ్యాడు.

సంస్కృత భాషలోని పంచమహాకావ్యాలలో, మహాకవి కాళిదాసు రచించిన రఘు వంశ మహాకావ్యం మొదటిది, కుమారసంభవం రెండవ మహాకావ్యం, భారతి మహాకవి రచించిన కిరాతార్జునీయం మూడవ మహాకావ్యం, మాఘుడు అనే మహాకవి రచించిన శిశుపాలవధం నాల్గవ మహాకావ్యం. శ్రీహర్షుడు రచించిన నైషధం పంచమహాకావ్యం. ఈ మహాకావ్యాల్లో మొపటి రెండు మహాకావ్యాలు కవికుల గురువు కాళిదాసు రచించినవే. పందొమ్మిది సర్గలు (భాగాలు) కలిగిన మహాకావ్యం రఘువంశం. సంస్కృత భాషను నేర్చుకొనే విద్యార్థులు రఘువంశ మహాకావ్యంతోనే సంస్కృత భాషాధ్యయనానికి శ్రీకారం చుడతారు. సూర్యభగవానుడి పుత్రుడైన వైవస్వతమనువుతో సూర్యవంశరాజుల చరిత్రను ప్రారంభించి ఇరవై ఇద్దరు రాజుల విశేషాంశాలను వర్ణించాడు. మహాకవి కాళిదాసు ప్రత్యేకంగా విశేషములైన అష్టాదశ వర్ణనలతో దిలీపుడు మొదలు ఏడుగురు రాజులను అద్భుతంగా వర్ణించాడు. మొత్తం ఇరవై తొమ్మిదిమంది రాజుల ప్రస్తావనలున్నాయి. మొదటి రాజు వైవస్వత మనువు చివరి రాజు అగ్నివర్ణుడు కలియుగంలో క్రీస్తుపూర్వం ఎనిమిదవ శతాబ్దం వాడు. దిలీపుడి కొడుకు రఘువు విశ్వ జిద్యాగం చేసి ఆదర్శపరిపాలకుడవటం చేత సూర్యవంశం రఘువంశంగా ప్రసిద్ధికెక్కింది. ఈ మహాకావ్యాలకు సంస్కృతంలోనే విశేషమైన అద్వితీయమైన గొప్ప వ్యాఖ్యానాన్ని రచించిన మహామహోపాధ్యాయ కోలచల మల్లినాథసూరిగారు రఘువంశ మహాకావ్యానికి వ్యాఖ్యానం రాస్తూ

శ్లో ॥ "కాళిదాసగిరాం సారం, కాళిదాసస్సరస్వతీ ।
చతుర్ముఖో౽థవా సాక్షాత్, విదుర్నాన్యేతు మాదృశాః ॥"

'కాళిదాస కవితా తత్త్వం కాళిదాసుకే తెలుస్తుంది, లేదా సరస్వతీ దేవికి తెలియాలి. లేదా బ్రహ్మకైనా తెలుస్తుంది. నాలాంటివాళ్లకేం తెలుస్తుంది!!" అని కవికుల గురువు

యొక్క కవితాతత్త్వాన్ని వర్ణించాడు మల్లినాథుడు. వాగ్దేవికి ప్రతిరూపమైన ఆ మహాకవి యొక్క మరో మహాకావ్యం 'కుమారసంభవం' తారకాసుర సంహారం లక్ష్యంగా కుమార స్వామి యొక్క ఆవిర్భావం ఇతివృత్తంగా అష్టాదశ వర్ణనాత్మకంగా సంస్కృత సాహిత్యానికి మరో అలంకారమై విరాజిల్లింది పదిహేడు సర్గల కుమారసంభవ కావ్యం.

రూపకత్రయం కాళిదాస వైభవాన్ని స్పష్టం చేస్తుంది. మహాభారతంలోని ఆదిపర్వ సన్నివేశం శకుంతలా దుష్యంతుల కథ. ఆ సన్నివేశం ఇతివృత్తంగా భరతుడి జన్మకు కారణమైన కథాంశం అభిజ్ఞాన శాకుంతల నాటకంలో దర్శనమిస్తుంది. ఏడు అంకాలతో కవికుల గురువు రచించిన ఈ సంస్కృత నాటకం అంతర్జాతీయ స్థాయిని కలిగించింది--సంస్కృత సాహిత్యానికి. దేశ విదేశ భాషలలో ఈ రూపకం అనువదించబడి రంగస్థల నాటకాలుగా, ప్రదర్శించబడి చలన చిత్ర సీమలో కూడా ప్రాధాన్యం పొందింది. ఈ దృశ్య కావ్యంతో సమానంగా విక్రమోర్వశీయం, మాళవికాగ్నిమిత్రం. రెండు సంస్కృత రూపకాలు కాళిదాస కవితా వైభవానికి మచ్చుతునకలు.

ఇక ఖండకావ్యాల్లో మొదటిది ఋతుసంహారం, రెండవది మేఘదూతం. దీనికే మేఘసందేశమనే పేరు కూడా ప్రసిద్ధం.

ఋతువర్ణనమే ఋతు సంహారం

గ్రీష్మర్తువర్ణనతో ప్రారంభించి వసంతర్తు వర్ణనతో ఈ లఘుకావ్యాన్ని పూర్తి చేశాడు. జాతీయ కవి కాళిదాసు. భారతీయ సంస్కృతిని ప్రతిబింబించే వర్ణనలతో ఒక్కొక్క ఋతు వర్ణన ఒక్కొక్క సర్గ (అధ్యాయం)గా నూట నలభై నాలుగు శ్లోకాలతో పాఠకులనలరిస్తుంది. ఈ కావ్యం

ప్రస్తుతాంశం మేఘసందేశం మహత్తరమైన శృంగార శ్రవ్యకావ్యంగా సాహితీ జగత్తుకు సుపరిచితమైనది ఈ లఘు కావ్యం. రెండు సర్గలలో యక్షిణీ యక్షుల విరహ వేదనను మేఘమే దూతగా అభివర్ణించాడు కవికుల గురువు నూట ఇరవై మందాక్రాంతావృత్త పద్యాలలో, వృత్తపద్యాలలో మందాక్రాంతావృత్తం మధురగానానికి తగిన ఛందస్సు.

మహామహోపాధ్యాయ కొలచల మల్లినాథసూరిగారు సహజ సంస్కృతాంధ్ర పండిత కవులు వారు పంచకావ్యాలకు సంస్కృత వ్యాఖ్యానం రాస్తూ **"మాఘే మేఘే వయోగతం"**

అన్నారు. అంటే మాఘమహాకవి రచించిన శిశుపాల వధ – మహాకావ్యానికి, మహాకవి కాళిదాసు రచించిన మేఘసందేశ కావ్యానికి వ్యాఖ్యానం రాయటంలో వయస్సు గడిచిపోయింది అని ఆయన చెప్పారని పండితులంటారు. మరో భావన కూడా తెలుసుకోవాలి. **'మేఘే మాఘే వయం గతాః'** మేఘసందేశ కావ్యానికి మాఘమహా (శిశుపాల వధ) కావ్యానికి వ్యాఖ్యానం రాయటంలోనే మేము కాలం గడిపాము'.

అంత విశేషమైన కావ్యం మేఘసందేశ కావ్యం. పరిమాణంలో లఘు కావ్యమైనప్పటికీ కావ్య లక్షణాలననుసరించి ఇది మహాకావ్యమే అని పండితులు ప్రశంసిస్తారు. పంచమహాకావ్యాలలో మేఘసందేశ కావ్యం తృతీయస్థానం పొందినదని కొంతమంది పండితులు పరిగణించారు.

ఉజ్జయినీ నగరంలోని మహాకాళీ అష్టాదశశక్తి పీఠాలలో ప్రసిద్ధమైనది. ద్వాదశ జ్యోతిర్లింగాలలోని మహాకాళేశ్వరుడు కూడా ఈ నగరాన్ని అలంకరించాడు. అటువంటి విశిష్ట నగరం అవంతికానగరం.

మొదటి దశలో పామరుడుగా ఉండి మహాకాళీ అనుగ్రహంతో కాళిదాసుగా పరిణమించాడు కవికులగురువు అని ఒక కథనం.

అజ్ఞాని అయిన ఆ వ్యక్తికి వివాహమైనదనీ, పండితురాలైన భార్య 'అస్తికశ్చిత్ వాగ్విశేషః?" మాటా పలుకూ ఏమైనా ఉన్నదా? అని అడిగిందని ఆమె యొక్క మార్గ దర్శనంలో ఉజ్జయిని కాళీమాతను ఉపాసించాడని ఆ తల్లి కరుణించి అతని నాలుకపై వాగ్బీజాన్ని నిక్షిప్తం చేయటంతో ఆశుకవితాధార సిద్ధించగా మహాపండితుడైన ఆ కాళీభక్తుడు కాళిదాసుగా మహాదశను పొందాడని ఒక ఇతిహాసం. 'అస్తి, కశ్చిత్, వాక్", ఈ మూడు పదాలతో ప్రారంభించి మూడు కావ్యాలకు శ్రీకారం చుట్టాడనీ ఇతిహాస కథనం. అస్తి అనే పదంతో కుమారసంభవ మహాకావ్యాన్ని ప్రారంభించాడు కవికుల గురువు.

"అస్త్యుత్తరస్యాం దిశి దేవతాత్మా, హిమాలయో నామ నగాధిరాజః ।
పూర్వాపరౌ వారినిధీ విగాహ్య, స్థితః పృథివ్యా ఇవ మానదండః ॥"

భారతదేశానికి ఉత్తర దిగ్భాగాన దేవతాస్వరూపుడైన హిమవంతుడు పూర్వ సముద్రము తూర్పున బంగాళాఖాతము నుండి పశ్చిమాన అరేబియా సముద్రం వరకు తన పర్వత శ్రేణులతో వ్యాపించాడు అని ప్రారంభించి పదిహేడు సర్గలు, మహాకావ్యాన్ని పూర్తి చేశాడు. 'కశ్చిత్' అనే పదంతో **"కశ్చిత్ కాంతా విరహ గురుణా స్వాధికారాత్**

ప్రమత్తః' అంటూ విప్రలంభశృంగార కావ్యంగా మేఘసందేశాన్ని సృష్టించాడు. 'వాక్ అనే పదంతో **"వాగర్థావివసంపృక్తౌ వాగర్థప్రతిపత్త యే జగతః పితరౌ వందే పార్వతీ పరమేశ్వరౌ॥"** అని పార్వతీ పరమేశ్వర ప్రార్థనతో పరమాద్భుతమైన పందొమ్మిది సర్గల రఘువంశ మహాకావ్యాన్ని మానవాళికి అందించిన మహామహితాత్ముడు మహాకవి కాళిదాసు.

"జయంతి తే సుకృతినః రససిద్ధాః కవీశ్వరాః
నాస్తి తేషాంయశః కాయ్యే జరామరణజం భయం ॥

రససిద్ధులైన కవీశ్వరులు శాశ్వతులు. పుణ్యాత్ములు వారి కీర్తికి జరామరణాలుండవు.

కవి - కావ్యం :

నా నృషిః కురుతే కావ్యం, "ఋషి కానివాడు కావ్యం రాయలేడు. 'కవేః కర్మ కావ్యం' కవి చేసే మహత్తర కావ్యం. కావ్య రచన. అందుకే కవిని ప్రజాపతితో పోల్చారు ఆలంకారికులు.

"అపారే కావ్య సంసారే, కవిరేకః ప్రజాపతిః ।
యథాస్మై రోచతే విశ్వం, తథేదం పరివర్తతే ॥"

'కావ్య ప్రపంచానికి సృష్టికర్త కవి మాత్రమే. ఈ ప్రపంచమెలా ఉండాలని అనుకుంటాడో ఆయన అలాగే తన కావ్యరచనలో ప్రకటిస్తాడు, "అలాగే మారుతుంది లోకం'.

"లోకాస్సమస్తాస్సుఖినో భవంతు' అనే వేదవాక్యాన్ని తన రచనలో ప్రతిబింబిస్తాడు.

నిజమైన కవి భగవంతుడే అని ఋగ్వేదం శాసించింది.

"గణానాం త్వా గణపతిగ్ం, హవామహే, కవిం కవీనా ముపమశ్రవస్తమం
జ్యేష్ఠరాజం బ్రహ్మణాం బ్రహ్మణస్పత ఆన శ్రృణ్వన్నూతిభిస్సీదసాదనమ్"

'దేవగణాలకు అధిపతి అయిన గణపతిని ఆరాధిస్తున్నాము. ఈ సృష్టిని రచించే దేవతలలో గొప్పవాడు ఆ కవీశ్వరుడైన గణాధిపతి. బ్రహ్మజ్ఞాన సంపన్నులకధిదేవతయైన ఆ పరమాత్మ యొక్క వైభవాన్ని వింటూ స్తోత్రములతో అనుగ్రహించమని ప్రార్థిస్తాము.

అలాంటి దైవాంశ సంభూతులైన మహాకవులు ముగ్గురే. తదనంతర కవులందరూ వారి మార్గాన్ని అనుసరించినవారే.

మేఘ సందేశం

త్రేతాయుగంలోని యుగధర్మాన్ని సామాజిక పరిస్థితులను దివ్యదృష్టితో తిలకించి తమసా నదీతీరంలో శ్రీరామకథ ద్వారా సలక్షణమైన మొదటి కావ్యాన్ని శ్రీమద్రామాయణంగా వెలయింపచేసి ఆదికవిగా అజరామర ఖ్యాతి పొందాడు. ప్రాచేతసుడైన వాల్మీకి మహర్షి.

'వేదః ప్రాచేతసా దాసీత్ సాక్షాద్రామాయణాత్మనా' వేదాన్ని ప్రత్యక్షంగా రామ చరితంలో దర్శింపజేసిన మహనీయుడాయన.

ద్వాపర యుగాంశాలను మహాభారత కథగా భారతీయులకే కాక ప్రపంచాని కంతటికీ అందించిన కవికులపతి శ్రీకృష్ణద్వైపాయనుడు. **'వ్యాసో నారాయణో హరిః** అని ప్రసిద్ధి పొందాడు.

శ్రీరామ జన్మభూమిగా అయోధ్యా నగరం, శ్రీకృష్ణ జన్మభూమిగా మధురానగరం గంగావతరణ పుణ్యభూమిగా మాయానగరం (హరిద్వారం), శైవక్షేత్రంగా కాశీనగరం, కామాక్షీ నిలయంగా కాంచీనగరం, మహాకాళీ మహాకాళక్షేత్రంగా అవంతికా (ఉజ్జయినీ) నగరం, శ్రీకృష్ణపరమాత్మ నిర్మింపజేసిన ద్వారావతీ (ద్వారకా) నగరం, ఈ ఏడు క్షేత్రాలు మోక్షదాయకములైన నగరాలు.

అలాంటి అవంతీనగరం, విక్రమశక కర్తగా పేరొందిన విక్రమార్క మహారాజు పరిపాలనలో మరింత వాసికెక్కింది. ఆ మహారాజు యొక్క ఆస్థానకవిగా నవరత్నాలుగా వ్యవహరించబడిన తొమ్మిదిమంది మహామహులలో ఒకడుగా మహాకాళీభక్తుడైన కాళిదాస మహాకవి ప్రసిద్ధి పొందాడు. సంస్కృత కవిత్రయమైన వాల్మీకి వ్యాస కాళిదాసుల గురించి తెలుసుకున్నాం కదా! "కవిః క్రాంతదర్శీ' అనే ఆర్యోక్తికి సార్ధకత చేకూర్చిన వాడు కవీశ్వరకాళిదాసు.

అష్టపదులతో శ్రీ రాధాకృష్ణులను కీర్తించిన జయదేవకవి. కాళిదాసును కవికులగురువుగా స్తుతించాడు. "కవి కుల గురుః కాళిదాసో విలాసః"

కాదంబరీ మహా (గద్య) కావ్యాన్ని రచించిన బాణభట్టు, మహాకవిని స్తుతించిన విషయం విశిష్టమైనది.

"నిర్గతాసు నవా కస్య కాళి దాసస్య సూక్తిషు ।
ప్రీతిర్మధురసార్ద్రాసు మంజరేష్వివ జాయతే ॥"

మేఘ సందేశం

"మధుర మంజుల రసభావ కవితలు కాళిదాసుకే సాధ్యం. కుసుమసుకుమార పుష్పగుచ్ఛముల వంటి కాళిదాస కావ్యసూక్తులతో ఆనందించని వారెవరూ లేరు.

"శృంగారీచేత్ కవిః కావ్యే సర్వం రసమయం జగత్ ।
స ఏవ వీతరాగశ్చేత్, నీరసం సర్వమేవ హి ॥"

శృంగార భావనలు కలిగిన మహాకవి కావ్యాలు రసమహత్తరములుగా దర్శన మిస్తాయి. వైరాగ్యభావనతో రాయబడిన కావ్యాలు రసహీనములవుతాయి.

"శృంగారహాస్య కరుణా రౌద్ర వీర భయానకాః ।
బీభత్సాద్భుతశాంతాశ్చ రసానవ ప్రకీర్తితాః ॥"

శృంగారం, హాస్యం, కరుణ, రౌద్రం, వీరం, భయానకం, బీభత్సం, అద్భుతం, శాంతం తొమ్మిది భావాలను కావ్యాలలో వర్ణించాడు కవికులగురువు. నగర వర్ణన, సముద్ర వర్ణన, శైల వర్ణన, ఋతు వర్ణన, ఉద్యాన వర్ణన, నదీ వర్ణన, నాయికా వర్ణన, నాయక వర్ణన, సూర్యోదయ వర్ణన, సూర్యాస్తమయ వర్ణన, చంద్రోదయ వర్ణన, వసంతోత్సవ వర్ణన, యుద్ధ వర్ణన, జైత్రయాత్ర వర్ణన, మృగయా (వేట) వర్ణన, వివాహ వర్ణన, విరహవర్ణన, జలక్రీడా వర్ణన. ఈ పద్ధెనిమిది వర్ణనలు కావ్యాలలో వర్ణించి తదనంతర కవులకు మార్గదర్శకుడయ్యాడు కాళిదాసు.

1. రఘువంశం : పందొమ్మిది సర్గల రఘువంశ మహాకావ్యానికి పద్మపురాణాదుల లోని శ్రీరామకథాంశాలు, వాల్మీకి రామాయణం ఆధారాలు. నవరస భావ వర్ణన, అష్టాదశ వర్ణనలు ఆ మహాకావ్యంలో దర్శనమిస్తాయి.

2. కుమారసంభవం : పదిహేడు సర్గల కుమారసంభవ మహాకావ్యానికి స్కాందపురాణాంతర్గతమైన ఇతివృత్తం ఆధారం. తారకాసుర సంహారానికి, పార్వతీ పరమేశ్వరపుత్రుడైన శరవణభవుడు సంభవించే విషయం 'కుమారస్య సంభవః' ప్రధానమైనది కనుక కుమారసంభవం రెండవ మహాకావ్యంగా ప్రసిద్ధి పొందింది.

3. ఋతుసంహారం : షడృతువుల వర్ణనమే ప్రధానంగా 144 శ్లోకాల్లో ఆరు విభాగాల్లో కాళిదాస మహాకవి రచించిన ఆరుసర్గల ఖండకావ్యం ఋతుసంహారం వర్ణనలన్నీ సహజమైన ప్రకృతి వైవిధ్యాన్ని ఆరు రకాలుగా దర్శింపచేస్తాయి. నాయికా నాయకుల వర్ణన గ్రీష్మర్తువు నుండి వసంతర్తువు వరకు.

4. మేఘసందేశం : రెండు సర్గల రసవత్తర మహాకావ్యమిది. పూర్వమేఘం, ఉత్తర మేఘం అని రెండు భాగాలుగా కవికుల గురువు చేత రచింపబడింది. యక్షిణీయక్షుల విప్రలంభశృంగారాన్ని అద్భుతమైన మందాక్రాంతా ఛందస్సులో దర్శింపజేశాడు పుంభావ సరస్వతి. భారతీయ భౌగోళిక వ్యవస్థ స్పష్టంగా చారిత్రక విశేషాలతో కనిపిస్తుంది ఈ కావ్యంలో. పరిమాణంలో ఖండకావ్యమైనప్పటికీ మహాకావ్య లక్షణాలతో పంచమహాకావ్యాలలో చోటు చేసుకున్నది. పద్మపురాణంలోని ఇతివృత్తం ఈ కావ్యానికి ఆధారం.

దృశ్య కావ్యత్రయం మరొక మణిపూస

5. అభిజ్ఞాన శాకుంతలం : మహాభారతంలోని దుష్యంతోపాఖ్యానం ఆధారంగా భరతుడి తల్లిదండ్రులు శకుంతలా దుష్యంతుల కథను రమ్యమైన రసవత్తర నాటకంగా దర్శింపజేసి భారతజాతీయకవిగా అద్వితీయ ఖ్యాతిని పొందిన ఋషి కాళిదాసమహాకవి. అద్భుతమైన ఈ దృశ్యకావ్యం దేశ విదేశ భాషలలోకి అనువదించబడి రంగస్థల నాటకంగానే కాక చలనచిత్రంగా కూడా విశ్వవిఖ్యాతిని చేకూర్చి భారతదేశానికి గురుస్థానాన్ని సంతరించిన దృశ్యకావ్యం అభిజ్ఞానశాకుంతలం, "కావ్యేషు నాటకం, రమ్యం, నాటకేషు శకుంతలా' అని అజరామరఖ్యాతి పొందింది.

6. విక్రమోర్వశీయం : పురాణాంతర్గతమైన ఊర్వశీ పురూరవుల ప్రణయ వృత్తాంతాన్ని అయిదు అంకములు గల నాటకంగా రసవత్తరంగా వర్ణించాడు కవికుల గురువు.

7. మాళవికాగ్నిమితం : మాళవిక, అగ్నిమిత్రుడు, నాయికా నాయకులుగా రచించబడిన ఈ దృశ్య కావ్యం కూడా అయిదు అంకముల పరిమితి కలిగి కాళిదాస మహాకవికి అజరామర ఖ్యాతిని కలిగించింది.

మేఘసందేశ పూర్వాపరాలు

సంస్కృత సాహిత్యాకాశంలో ప్రథమ రసవత్తర సందేశ కావ్యం మేఘదూతం పొగ నీరు గాలి వీటి కలయికతో ఏర్పడిన మబ్బుకు చైతన్యమున్నదా! దానికి చైతన్యాన్ని కల్పించి యక్షిణికి యక్షుడి చేత వార్తాహరుడుగా దూతగా వెలయింప జేసిన ఘనకీర్తి, కనిష్ఠికాధిష్ఠిత కాళిదాసుదే. విమర్శించటానికి అవకాశాన్ని కల్పించకుండా అర్థాంతర న్యాసంతో పూర్వమేఘం అయిదవ శ్లోకంలో.

మేఘ సందేశం

"కామార్తా హి ప్రకృతి కృపణాశ్చేతనా చేతనేషు"

యక్షుడు విద్యావంతుడే, ధనపతికి ఆంతరంగిక సేవకుడే విధి నిర్వహణలో నిర్లక్ష్యంగా ప్రవర్తించి యజమాని కోపానికి గురి అయ్యాడు. సంవత్సర కాలం ప్రవాస శిక్ష పొందాడు. దివ్యశక్తి పోయింది. సామాన్యుడుగా రామశిర్యాశ్రమంలో నివసించటం మొదలుపెట్టాడు. అద్భుత సౌందర్యవతి యక్షిణి, మనసంతా ఆమె మీదనే, మోహం ఆవరించింది. విచక్షణాజ్ఞానం నశించింది. కామార్తు డయ్యాడు. ఆషాఢ మాసంలో మొదటిరోజు రామగిరిపై కనిపించిన మొదటి మేఘమది మరో మార్గం లేక మేఘాన్ని మిత్రుడుగా భావించాడు. అలకాపురిలో నివసిస్తున్న భార్యకు తన క్షేమసమాచారాన్ని తెలిపి ఆమెను ఊరడించమని ప్రార్థించాడు మేఘాన్ని యక్షుడు.

ప్రామాణికమైన ఆధారం లేకుండా మహాకవి మేఘదూతానికి రూపకల్పన చేస్తాడా! అలా ఎప్పటికీ చెయ్యడు అని పద్మపురాణాంతర్గత ప్రామాణికాంశాన్ని మనముందుంచాడు వ్యాఖ్యాతృ సార్వభౌమ, పదవాక్య ప్రమాణ సారావార పారేణ, మహామహోపాధ్యాయ కోలచలమల్లినాథసూరి.

"ఇహాన్వయ ముఖేనైవ సర్వం వ్యాఖ్యాయతే మయా ।
నామూలం లిఖ్యతే కించిత్, నానపేక్షిత ముచ్యతే ॥"

అన్వయపూర్వకంగా కాళిదాస కవి హృదయాంతర్గతమైన విశేషాన్ని సమగ్రంగా, మూలశ్లోకాలననుసరిస్తూ, అనవసర విషయాలను ప్రస్తావించకుండా సంజీవనీ వ్యాఖ్యానాన్ని అందిస్తున్నానని సగర్వంగా ఘంటాపథంగా చెప్పగలిగాడు మల్లినాథుడు.

పద్మపురాణంలో ఆషాఢకృష్ణైకాదశీ మాహాత్మ్యాన్ని వివరిస్తూ వేదవ్యాసులవారు చెప్పిన విషయం.

"అలకాధిపతి ర్నామ్నా, కుబేరశ్శివ పూజకః ।
తస్యాసీత్పుష్ప వటుకో. హేమమాలీతి నామకః ॥
తస్యపత్నీ సురూపాసీత్, విశాలాక్షీతి నామకా ।
స తస్యాం స్నేహ సంయుక్తః, కామపాశ వశంగతః ॥
మానసాత్పుష్పనిచయం, ఆనీయ స్వగృహే స్థితః ।
పత్నీ ప్రేమ సమాయుక్తో, న కుబేరాలయం గతః ॥

మేఘ సందేశం

కుబేరో దేవసదనే, కరోతి శివపూజనం ।
మధ్యాహ్న సమయేరాజన్, పుష్పాణి ప్రసమీక్షతే ॥
హేమమాలీ స్వభవనే, రమతే కాంతయా సహ ।
యక్షరాట్ ప్రత్యువాబాధ, కాలాతిక్రమ కోపితః ।
కస్మాన్నాయాతి భోయక్షాః ! హేమమాలీ దురాత్మవాన్ ।
నిశ్చయః క్రియతామస్య, ప్రత్యువాచ పునః పునః ॥
యక్షా ఊచుః ।
వనితా కాముకో గేహే రమతే స్వేచ్ఛయా నృప !
"తేషాం వాక్యం సమాకర్ణ్య । కుబేరః కోపపూరితః ।
ఆహ్వాయామాస తం తూర్ణం, వటుకం హేమమాలినం ॥
జ్ఞాత్వా కాలాత్యయం, సోఽ పి భయవ్యాకుల లోచనః ।
ఆజగామ నమస్కృత్య, కుబేరస్యాగ్రతః స్థితః ।
తం దృష్ట్వా ధనదః క్రుద్ధః కోపాద్విస్ఫురితాధరః ॥"

ధనద ఉవాచ –

"రే పాప! దుష్ట ! దుర్వృత్త ! కృతవాన్ దేవహేలనం ।
అతో భవ శ్విత్రయుక్తో, వియుక్తః కాంతయా సహ ॥
అస్మాత్ స్థానా దపధ్వస్తో, గచ్ఛ స్థానమథాధమం ।
ఇత్యుక్తే వచనే తేన తస్మాత్ స్థానాత్ పపాత సః ॥

"అలకానగరానికి అధిపతి కుబేరుడు శివపూజా ధురంధరుడు. మానస సరోవరంలో సహస్రదళ పద్మాలను శివపూజకు అందించే సేవకుడు హేమమాలి. హేమమాలి భార్య విశాలాక్షి. గొప్ప సౌందర్యవతి. యక్షులకు రాజైన కుబేరుడు చేసే శివారాధనకు పద్మాలను తీసుకురావటానికి వెళ్లాడు. హేమమాలి ఒక రోజు. ఆ పుష్పాలను తీసుకున్నాడు. భార్య గుర్తుకు వచ్చింది. కుబేరుడి దగ్గరకు వెళ్లకుండా ఆ యక్షుడు పుష్పాలతో యక్షిణి దగ్గరకు వెళ్లాడు. శివపూజకు సిద్ధమైన కుబేరుడు పుష్పాల కోసం నిరీక్షించాడు. మధ్యాహ్న సమయమైనది యక్షులను పిలిచాడు అలకాధిపతి. "యక్షులారా! పుష్పాలను తీసుకురావటానికి వెళ్లిన హేమమాలి ఇంకా రాలేదు. అతని విషయం తెలుసుకోండి, పూజా సమయం దాటింది. ఇంకా ఎందుకు రాలేదో చెప్పండి!

మేఘ సందేశం

సేవకులు అతని భవనానికి వెళ్లారు. భార్యతో మాట్లాడుతూ వినోదిస్తున్న హేమ మాలిని చూశారు. ధనపతి దగ్గరకు వచ్చి చెప్పారు. "మహాప్రభో! హేమమాలి తన భార్యతో మాట్లాడుతూ ఉన్నాడు." 'కుబేరుడికి కోపం వచ్చింది. వాడివల్ల శివారాధన ఆగినందుకు ఆగ్రహోదగ్రుడయ్యాడు. "యక్షులారా! అతనిని తీసుకురండి' అని ఆజ్ఞాపించ గానే సేవకులు వెళ్లారు. విషయం తెలుసుకున్న హేమమాలి భయంతో వణికి పోయాడు. కుబేరుడి దగ్గరకు వచ్చాడు. పాదనమస్కారం చేసి నిలుచున్నాడు. "పాపాత్ముడా! హేమమాలీ! నీ వల్ల నా శివపూజకు విఘ్నం కలిగింది. పరమేశ్వరుడి ఆగ్రహానికి గురి అయ్యావు. దైవాపరాధానికి శిక్ష అనుభవించు. శ్వేతకుష్ఠ వ్యాధి పీడితుడవై భూలోకంలో ప్రవాసం పొందు? 'వెంటనే హేమమాలి తన దివ్యశక్తిని కోల్పోయి చిత్రకూట ప్రాంతంలోని రామగిర్యాశ్రమంలో పడిపోయాడు'.

ఈ అంశాన్ని స్వీకరించి కాళిదాసమహాకవి మేఘదూత కావ్యాన్ని పూర్వ -ఉత్తర భాగాలుగా రచించి అద్వితీయమైన వర్ణనాచాతుర్యాన్ని దర్శింపజేశాడు. ఈ కావ్యానికి అనేక వ్యాఖ్యానాలు కనిపిస్తున్నాయి. వాటిలో నలభై వ్యాఖ్యానాలు పండితుల ప్రశంసలందుకున్నాయి. అన్నిటిలోనూ మకుటాయమానమైనది మల్లినాథుని వ్యాఖ్య. అనంతర కాలంలో దేశ విదేశ భాషలలో అనేక సందేశ కావ్యాలు ఏర్పడ్డాయి. అన్నిటికీ ఆధారం మేఘసందేశమే.

ఇది సందేశాత్మక కావ్యమా?

నిజంగా ఇది సమాజానికి సందేశాన్నిచ్చేదే. యజమాని దగ్గర పనిచేసేటప్పుడు సేవకుడు నిర్లక్ష్యంగా ప్రవర్తించకూడదు. యజమానికి సేవ చేసే సమయాన్ని భార్యతో గడపటానికి ఉపయోగిస్తే ఎంత అనర్థం జరుగుతుంది. అందులోనూ అధికారికి ఆంతరంగిక సేవకుడు విశ్వాసపాత్రుడు. దైవకార్య విషయంలో ఆటంకం కలిగించాడు. మూడు రకాల తప్పులు స్పష్టంగా కనిపిస్తున్నాయి. ఆజ్ఞను ఉల్లంఘించడం, సేవా సమయాన్ని భార్యతో గడపటం, దేవతారాధనకు భంగం కలిగించటం, శిక్ష పడదా మరి! "విధి నిర్వహణలో నిర్లక్ష్యం పనికి రాదు' అదే సందేశం.

యక్షుడి విషయంలో జరిగిందదే. అధిపతి ధనపతి. నిత్యశివపూజా ధురంధరుడు. పూజకు కావలసిన పద్మాలను మానస సరోవరము నుండి తీసుకు రావాలి. యక్షుడు, భార్యపై వ్యామోహం, కుబేరుడి శాపానికి, సంవత్సర ప్రవాసశిక్ష పొందటానికి, కారణ

మైనది. కేవలమీ సందేశమేనా! ఈ సందేశంలో కవి కుల గురువు యొక్క ప్రత్యేకత ఏమున్నది?

ప్రత్యేక వర్ణనాంశం

రామగిరి నుంచి ప్రారంభమైన మేఘుడి ప్రస్థానంలో ఎన్నో చారిత్రకాంశాలు భౌగోళికాంశాలు ధార్మికాంశాలు సమకాలీన సామాజిక విశేషాంశాలు దర్శనమిస్తూ భారతీయతను ప్రకటిస్తాయి. భారతీయత్వం, భారతీయ తత్త్వం ప్రతి వర్ణనలోను స్పష్టంగా కనిపిస్తుంది. ప్రకృతి రామణీయకతను ప్రతిబింబిస్తుంది మేఘదూత కావ్యం. నదీ నదాల పవిత్రత. గిరులు, ఝరులు, తరులు, విరులు పాఠకుల కళ్లముందు కనిపిస్తాయి. వీనులవిందుగా ఆపాతమధురంగా పాడుకోటానికి వీలైన మందాక్రాంతా ఛందస్సులో అరవై యేడు శ్లోకాలు పూర్వ మేఘంలోను, యాభై యేడు శ్లోకాలు ఉత్తర మేఘంలోను దర్శనమిస్తాయి. మందాక్రాంత, కవిరాజ విరాజితం, హయగతిరగడ, పంచచామర లాంటి ఛందస్సులు సామగాన వైశిష్ట్యాన్ని స్పందింపజేస్తాయి.

"మందాక్రాంతా జలధి షడగై ర్మోభనౌ తౌ గురూ చ "

ఇది మందాక్రాంతా ఛందో లక్షణం, మగణం, భగణం, నగణం, రెండు తగణాలు, రెండు గురువులు గణాలుంటాయి. ఒక్కొక్కసారి చివరిగురువు లఘువుగా కూడా పరిణమిస్తుంది. 'యతిర్విచ్ఛేద సంజ్ఞకః' అనే ప్రమాణాన్ని అనుసరించి, 'జలధి షడగైః' అంటే జలధి షట్ అగైః 4,6,7 స్థానాల్లో విరామం.

UUU | U I I I I I I U U I U U I I U U -2

కశ్చిత్కాంతావిరహగురుణాస్వాధికారాత్ ప్రమత్తః ।

కశ్చిత్కాంతా నాలుగు, విరహగురుణా ఆరు, స్వాధికారాత్ప్రమత్తః ఏడు జలధి = సముద్ర (నాలుగు సముద్రాలు) షట్ (ఆరు) అగ = పర్వత (సప్త కుల పర్వతాలు) మొత్తం 4+6+7 = 17 అక్షరాలు.

ఇది మందాక్రాంతా ఛందో నియమం.

నగర వర్ణన, గిరివర్ణన, ఝరీవర్ణన, ఆశ్రమవర్ణన, ప్రకృతి చిత్రణ విశేషమైనవి.

"అయోధ్యా మధురా మాయా కాశీ కాంచీ అవంతికా ।
పురీ ద్వారావతీ చైవ సప్తైతా మోక్షదాయకాః ॥

మేఘ సందేశం

'శ్రీరామచంద్రుడి అవతరణతో అయోధ్య, శ్రీకృష్ణుడి ఆవిర్భావంతో మధుర, గంగావతరణంతో మాయానగరం (హరిద్వారం) విశాలాక్షీ విశ్వేశ్వరుల వైభవంతో కాశీనగరం, కామాక్షీదేవి ఆవిర్భావంతో కాంచీనగరం, అష్టాదశ శక్తి పీఠాలలోని శ్రీ మహాకాళీ, ద్వాదశ జ్యోతిర్లింగాలలోని శ్రీ మహాకాలుడు వారి చుట్టూ ప్రదక్షిణం చేసిన క్షిప్రా (శిప్రా) నది. వీటి వల్ల అవంతికా (ఉజ్జయినీ) నగరం. శ్రీకృష్ణపరమాత్మ విశ్వకర్మ చేత నిర్మింపజేసినద్వారావతీపురీ (ద్వారకానగరం) ఈ ఏడు నగరాలు దర్శించటం వలన కూడా జన్మరాహిత్యమైన మోక్షం సిద్ధిస్తుంది.

అవంతికా నగరాన్ని మనోహరంగా అలకాపురీ వర్ణనలో దర్శింపజేసిన ప్రతిభాశాలి మహాకవి కాళిదాసు. తన ఉనికికి మనికికి ఆధారమైన అవంతీ (ఉజ్జయినీ) అంటే ఆ మహాకవికి ఎంతో ఇష్టం.

'ఆమ్రకూటం, కనఖలం, కురుక్షేత్రం, కైలాస పర్వతం, క్రౌంచరంధ్రం, గంధవతి, చర్మణ్వతి, జాహ్నవి, దశపురం (రంతిదేవుడి నగరం), దశార్ణం, దేవగిరి, నిర్వింధ్య, నీచైర్గిరి, బ్రహ్మావర్తం, మానస సరోవరం, యమునా నది, రామగిరి, రేవా (నర్మదా) నది, విదిశానగరం, వింధ్య పర్వతం, విశాలానగరం, వేత్రవతి, క్షిప్రా (శిప్రా) నది, సరస్వతీ నది, సింధూనది, హిమగిరి. ఇలాంటివెన్నో దర్శనీయ పవిత్ర ప్రదేశాలను కూడా చూస్తూ వెళ్ళమని మేఘుడికి వాటి వైశిష్ట్యాన్ని గురించి వర్ణించి చెప్పిన యక్షుడు కవికుల గురు శిల్ప విశేషమే.

అందుచేతనే మేఘదూతం మహాకావ్యంగా ప్రసిద్ధి పొందింది. సంస్కృతం నేర్చుకునే విద్యార్థులు కాళిదాస మహాకవి యొక్క ప్రథమ కావ్యం. రఘువంశ మహాకావ్యంతో అధ్యయనం ప్రారంభిస్తారు. మనస్సులో వయస్సులో పరిపక్వస్థితి కలిగేటప్పటికి మేఘం (మేఘదూతం)లో ప్రవేశిస్తారు.

మేఘ సందేశం

పూర్వమేఘం - ప్రథమ సర్గ

మందాక్రాంతావృత్తం :

"కశ్చిత్ కాంతావిరహగురుణా స్వాధికారాత్ ప్రమత్తః,
శాపే నాస్తంగమిత మహిమా వర్షభోగ్యేన భర్తుః ।
యక్ష శ్చక్రే జనకతనయా స్నాన పుణ్యోదకేషు
స్నిగ్ధచ్ఛాయాతరుషు వసతిం రామగిర్యాశ్రమేషు ॥" (1-1)

యక్షులకు రాజు, కుబేరుడు, అతని రాజధాని అలకాపురి. హేమమాలి అనే యక్షుడు కుబేరుడి సేవకుడు పెళ్లి అయినవాడు. రాజు ఆజ్ఞాపించిన పనిని చేయటంలో అశ్రద్ధ చూపాడు. దానికి కారణం సౌందర్యవతియైన భార్య విశాలక్షిపై దృష్టి తత్ఫలితంగా కుబేరుడి శాపానికి గురి అయ్యాడు. సంవత్సరం పాటు భార్యకు దూరమై తన దివ్యశక్తిని పోగొట్టుకొని మానవలోకంలో చిత్రకూట పర్వతం దగ్గర రామగిరి ఆశ్రమంలో ప్రవాసం చేశాడు. సీతారాములు నివసించిన పుణ్యప్రదేశం రామగిరి, సీతామహాదేవి స్నానం చేసిన పవిత్ర సరోవరాలు కలిగినది ఆశ్రమం. శీతలచ్ఛాయలతో మహావృక్షాలు ఆశ్రమానికి అలంకారాలయ్యాయి. భార్యావిరహంతో అధికారం, పదవి పోగొట్టుకొన్న ఆ యక్షుడు, చేసిన పొరపాటుకు బాధపడుతూ పవిత్రమైన ఆశ్రమంలో నివాసమేర్పరచుకున్నాడు.

భారతదేశానికి ఉత్తరభాగంలో అయిదువేల కిలోమీటర్ల వెడల్పులో విస్తరించిన హిమవత్పర్వత శ్రేణులలో '8720 మీటర్ల ఎత్తున ఉన్నది గౌరీశంకర శిఖరం'. ఇది

దివ్యభూమి దీనికి ఒక ప్రక్కన మానస సరోవరం, మరోప్రక్కన అలకాపురి. అక్కడ యక్షుడి ప్రియురాలున్నది. మధ్యప్రదేశంలోని చిత్రకూట పర్వతప్రాంతంలో రామగిరి (ఇప్పటి రామగఢ్) ఆశ్రమప్రదేశంలో ప్రేయసీ విరహబాధతో సంచరిస్తున్నాడు హేమమాలి అనే యక్షుడు. కుబేరుడు శివపూజనారంభిస్తూ మానస సరోవరము నుండి పద్మాలను తీసుకురమ్మని ఆజ్ఞాపిస్తే, తన భార్య విశాలాక్షి దగ్గరకు వెళ్ళటం ఎంతటి అపరాధం! శివపూజా ధురంధరుడైన కుబేరుడికి కోపం రాదా? తత్ఫలితమే ఈ వియోగం.

2. యక్షుడికి మేఘం కనిపిస్తుంది :

"తస్మిన్నద్రౌ కతిచిదబలా విప్రయుక్త స్సకామీ,
నీత్వా మాసాన్ కనక వలయ భ్రంశరిక్త ప్రకోష్ఠః ।
ఆషాఢస్య ప్రథమ దివసే మేఘమాశ్లిష్టసానుం
వప్రక్రీడా పరిణత గజప్రేక్షణీయం దదర్శ ॥ (1-2)

విశాలాక్షిని విడిచి ఎనిమిది నెలలయినది. కుబేరుడి ఆజ్ఞను ఉల్లంఘించటం వల్ల ప్రేయసీవిరహబాధను అనుభవిస్తున్న హేమమాలి దైవపూజాతిక్రమణ ఫలితాన్ని పొందాడు. శాపావధి ఇంకా నాలుగు నెలలున్నది. ఇది ఆషాఢమాసం మొదటి రోజు ఎదురుగా కనిపించిందొక మేఘం. గిరిశిఖరాన్ని కౌగలించుకున్నట్లున్నది. ప్రేయసి గుర్తుకు వచ్చింది. ఎలా ఉన్నదో అలకాపురిలో! తన క్షేమ సమాచారాన్ని ఆమెకు పంపాలి. వర్షా మేఘం ఆశను పురికొల్పింది. భార్య కౌగిలి, మనస్సులో మెదిలింది. కన్నీళ్ళొచ్చాయి. ఉన్మాదస్థితి కలుగుతున్నట్లున్నది. వర్షారంభ సమయంలో యక్షిణి (యక్షుడి భార్య) ఎలా భరించగలదీ విరహబాధను? అలకాపురిలో భోగభాగ్యాలతో విలసిల్లుతుండే తనకు ఈ పరిస్థితి బాధాకరం, విధి లిఖితమిది. గుడ్డిలో మెల్ల మేలన్నట్లు ఈ ఆశ్రమాలు తనకు కొంత ఊరటనిచ్చాయి. "శ్రీరామపత్ని జనకస్సపుత్రి! శ్రీరామచంద్రుడికి దూరమైనది ఇక్కడేనేమో! ఎంత పరితపించాడు ఆ రాముడు. నదీనదాలను కొండలను కోనలను అడిగాడట సీతాదేవియొక్క జాడ చెప్పమని. ఆయన పొందిన వ్యథలో తనబాధ ఏ మూలకు!

కుంభస్థలంతో కొండకొమ్మును ఢీకొట్టే గజరాజులా కనిపిస్తోందీ మేఘం. ఈ మేఘానికి తన బాధ తెలుసా! మరో మార్గం లేదు. ఈ నల్లటి మేఘమే శరణ్యం.

ఇలా ఆలోచిస్తూ హేమమాలి (బంగారు హారాలు ధరించేవాడు) దుఃఖాశ్రువులతో నిండిన కళ్లతో చూస్తున్నాడు తదేకంగా ఆ మేఘాన్ని. అటూ ఇటూ దూకుతున్నట్లుంది

కదులుతున్నట్లుంది. క్రిందికి దిగుతున్నట్లుంది ఆ నల్లమబ్బు. వీక్షిస్తున్నాడు నిరీక్షిస్తున్నాడు, సమీక్షిస్తున్నాడు యక్షుడు.

3. మేఘాన్ని చూడగానే యక్షుడేమనుకున్నాడు!

తస్య స్థిత్వా కథమపి పురః కౌతుకాధానహేతోః,
అంతర్బాష్పశ్చిరమనుచరో రాజరాజస్యదధ్యౌ
మేఘాలోకే భవతి సుఖి నోఽ ప్యన్యథా వృత్తిచేతః
కంఠాశ్లేషప్రణయిని జనే కింపునర్దూరసంస్థే ॥ **(1-2)**

మేఘాన్ని దర్శించగానే యక్షుడి మనస్సు వ్యాకులత పొందింది. నాయకుడు ధీరోదాత్తుడు వర్షారంభమైన ఆషాఢం హేమమాలినికి ఉత్కంఠను కలిగించింది. ప్రియురాలి పరిస్థితిని తెలుసుకోవాలి. గగనమార్గంలో వెళ్లలేని స్థితి తనది. చిరుజల్లు పడుతున్నది మనస్సు అదుపు తప్పుతున్నది. సామాన్యంగా వర్షారంభమవటంతో ప్రియులు ప్రేయసులను చేరతారు. జింకలు జంటలు జంటలుగా పచ్చిక బయళ్లపై చెంగు చెంగున దూకుతూ కనిపిస్తున్నాయి. చెట్లు నీటి బిందువులతో తడిసి పులకరిస్తున్నట్లున్నాయి. పక్షులు గూళ్ళల్లోంచి బయటకు రావడం లేదు. ప్రకృతి రమణీయంగా దర్శనమిస్తుంది. విశాలాక్షిని చూడాలి. ఆమె ఎలా ఉన్నదో తెలుసుకోవాలి. మనస్సు తేలిపోతున్నది గాలితో. ప్రియురాలి సుందరవదనారవిందు విరహవేదనతో కళ తప్పినట్లుంది. ఇప్పుడు మేఘుడే తనను రక్షించాలి. తన పరిస్థితిని ప్రియురాలికి చెప్పదగినవాడు మేఘుడే.

4. మేఘుడికి స్వాగతం చెప్పాలి :

ప్రత్యాసన్నే నభసి దయితా జీవితాలంబ నార్థే,
జీమూతేన స్వకుశలమయీం హారయిష్యన్ ప్రవృత్తిమ్
సప్రత్యగ్రైః, కుటజకుసుమైః కల్పితార్ఘాయ తస్మై
ప్రీతః ప్రీతి ప్రముఖ వచనం స్వాగతం వ్యాజహార **(1-4)**

ఆషాఢ మారంభమైనది. తొందర్లోనే శ్రావణం వస్తుంది. శ్రావణ మేఘం ఉద్ధృతంగా ఉంటుంది. తనకు అనుకూలంగా ఉంటుందో ఉండదో, కనుక ఆషాఢమేఘాన్నే పిలవాలి, స్వాగతం చెప్పాలి, తన బాధను చెప్పుకోవాలి. కుశలవార్తను ప్రియురాలికి చెప్పమని అడగాలి. మేఘుడు ఇంద్రుడికి ఆప్తుడు. మంచివాడు తన మాట కాదనడు. తప్పక

వస్తాడు. ఆహ్వానిస్తే మన్నిస్తాడు ఆషాఢమేఘుడు. అని ఊహించుకుంటూ హేమమాలి సమీపంలో పూలచెట్ల దగ్గరకు వెళ్లాడు. సుగంధభరితమైన పూలను కోశాడు. మేఘుడికి స్వాగతం చెప్పాలనుకున్నాడు. పుష్పాంజలి సమర్పిస్తే మేఘుడు సంతోషిస్తాడు. తన మొర ఆలకిస్తాడు. తన క్షేమసమాచారాన్ని ప్రియురాలు విశాలాక్షికి తెలియజేస్తాడు.

5. కామార్తుల మూర్ఖత్వం :

ధూమజ్యోతి స్సలిల మరుతాం సన్నిపాతః క్వమేఘః
సందేశార్థాః క్వపటుకరణైః ప్రాణిభిః ప్రాపణీయః ।
ఇత్యౌత్సుక్యా దపరిగణయశో గుహ్యకస్తం యయాచే,
కామార్తాహి ప్రకృతి కృపణా శ్చేతనాచేతనేషు ॥ **(1-5)**

సహజంగా చైతన్యం లేనిది మేఘం, ధూపం, కాంతి, నీరు, గాలి, వీటి కలయికయే మేఘం... అలాంటి మేఘాన్ని జ్ఞానవంతమైన దూతగా భావించాడు హేమమాలి. భార్యపై ప్రేమతో ఉన్న యక్షుడికి చేతనా చేతన విచక్షణ లేదు. ప్రాణం లేని మేఘం సజీవుడైన మిత్రుడిగా కనిపించింది.

ఆ మేఘుడు సామాన్యుడా! త్యాగశీల సంపన్నులైన పుష్కలావర్తకులవంశంలో పుట్టాడు అని ఊహించాడు యక్షుడు.

6. యక్షుడు మేఘాన్ని స్తుతించటం :

జాతం వంశే భువనవిదితే పుష్కలావర్తకానాం
జానామి త్వాం ప్రకృతి పురుషం కామరూపం మఘోనః ।
తేనార్థిత్వం త్వయి విధివశాద్దూర బంధుర్గ తోఽహం,
యాచ్ఞామోఘావరమధిగుణే నాథ మే లబ్ధకామా ॥ **(1-6)**

మిత్రమా అంబుదా! గొప్ప వంశంలో పుట్టావు. కోరిన రూపం పొందగలవు. ఇంద్రుడికి ముఖ్యమైనవాడివి. అందుకే నిన్ను అర్థిస్తున్నాను. నేనిక్కడ రామగిర్యాశ్రమంలో ఉన్నాను. నా ప్రియురాలు అలకాపురిలో ఉన్నది. నా క్షేమ సమాచారాన్ని నా భార్య విశాలాక్షికి నీవు తప్ప ఎవరు చెప్పగలరు! గొప్పవాడివి కనుక నిన్నాశ్రయించాను.

7. నా సందేశాన్ని తీసుకువెళతావా!

"సంతప్తానాం త్వమసి శరణం తత్పయోద ప్రియాయాః
సందేశం మే హర ధనపతి క్రోధ విశ్లేషితస్య ।

గంతవ్యా తే వసతి రలకా నామ యక్షేశ్వరాణాం,
బాహ్యోద్యానస్థిత హరశిరశ్చంద్రికా ధౌత హర్మ్యా॥" (1-7)

నాయనా, జలదా ! ఎండలో బాధపడేవాళ్లకు నీళ్లిచ్చి కాపాడతావు, విరహబాధతో తపించేవారి కుశలవార్తలను పరస్పరం తెలుసుకొని తాపాన్ని పోగొట్టుకొనే స్థితిని కల్పించ గలవు. ధనపతియైన కుబేరుడి కోపానికి బలి అయ్యాను. దివ్యశక్తి పోగొట్టుకున్నాను. నా గురించి బెంగ పెట్టుకొని బాధపడుతూంటూంది నా మనోహరి. కుబేరుడి రాజధాని అలకాపురి. అక్కడ ఉంటుంది నా భార్య. పరమశివుడి జటాజూటంపై ప్రకాశించే చంద్రుడి యొక్క వెన్నెలతో ఆహ్లాదకరంగా మెరుస్తూంటాయి అలకానగరభవనాలు. అక్కడికి వెళ్ళి ఆ ఉన్నతములైన మేడలను చూస్తే కుబేరుడి వైభవం తెలుస్తుంది.

8. మేఘాన్ని చూస్తే విరహబాధతో ఉన్నవాళ్ల ప్రవృత్తి ఎలా ఉంటుంది?

త్వామారూఢం పవనపదవీ ముద్గృహీతాలకాంతాః,
ప్రేక్షిష్యంతే పథిక వనితాః ప్రత్యయా దాశ్వయసంత్యాః ।
కస్సన్నద్ధే విరహ విధురాం త్వయ్యుపేక్షేత జాయాం,
నస్యాదన్యోఽప్యహమివ జనో యః పరాధీన వృత్తిః ॥" (1-8)

మిత్రమా! వారిదా! నా పని మీద గగనంలో వెళుతున్న నిన్ను చూడగానే ప్రియుల నుండి దూరమైన ప్రియురాళ్లు సంతోషిస్తారు. వియోగం తొలగిపోతుందని మురిసిపోతారు. వాళ్ల విరహతాపాన్ని తగ్గించిన వాడివౌతావు. వాళ్ల బాధను పోగొట్టి పుణ్యం పొందుతావయ్యా మిత్రమా! తమ ప్రియులు తమను కలుసుకుంటారనే విశ్వాసాన్ని వాళ్లకు కలుగచెయ్యి. నా బ్రతుకు పరాధీనం, అందరూ నాలాగా ఉండరు కదా! నిన్ను చూసిన ప్రియులు ప్రియురాళ్లను, ప్రియురాళ్లు ప్రియులను కలుసుకోటం నిశ్చయం.

9. తన ప్రియురాలు విశాలాక్షి ఏ పరిస్థితిలో ఉంటుంది ?

తాం చావశ్యం దివసగణనా తత్పరా మేకపత్నీం,
అవ్యాపన్నామవిహత గతి ర్ద్రక్ష్యసి భ్రాతృ జాయాం ।
ఆశాబంధః కుసుమసదృశం ప్రాయశో హ్యంగనానాం,
సద్యః పాతి ప్రణయి హృదయం విప్రయోగే రుణద్ధి ॥ (1-9)

'సోదరా పయోదా! నీవు నాకు తమ్ముడిలాంటి వాడివి, నా ధర్మపత్ని నీకు వదినె అవుతుంది. నిస్సంకోచంగా ఆమెను పలకరించు నా కోసం పరితపిస్తూ ఉంటుంది

విశాలాక్షి. ఆమె పతివ్రత. నా ప్రాణానికి ప్రాణం. మా ప్రభువు కుబేరుడు విధించిన సంవత్సర ప్రవాస శిక్షలో ఎనిమిది నెలలు గడిచిపోయాయి. నాలుగు నెలలు కాలం గడపాలి. ఒక్కొక్కరోజు లెక్కపెడుతూ నేనెప్పుడూ వస్తానా అని క్షణమొక యుగంగా నా ప్రియురాలు ఎదురు చూస్తూంటుంది. 'భార్యా దైవకృతస్సఖా' దేవుడిచ్చిన మిత్రుడయ్యా భార్య, 'గృహిణీ గృహముచ్యతే' ఇల్లాలే ఇల్లు. మరోసారి నిన్ను ప్రార్థిస్తున్నాను. నా క్షేమాన్ని ఆమెకు చెప్పు నా ప్రియపత్నిని రక్షించు.

10. మేఘుడి ప్రయాణానికి అనుకూల పరిస్థితులెలా ఉన్నాయి?

"మందం మందం నుదతి పవనశ్చానుకూలో యథాత్వాం,
వామశ్చాయం నదతి మధురం చాతకస్తే సగంధః ।
గర్భాధాన క్షణ పరిచయా న్నూన మాబద్ధమాలాః,
సేవిష్యంతే నయన సుభగం ఖే భవంతం బలాకాః ॥" **(1-10)**

పయోముఖా! నీ ప్రస్థానానికిది శుభసమయం. బలాకాంగనలు (బెగ్గురుపిట్టలు) నీ మార్గంలోనే వెళుతున్నాయి చూశావా! మలయమారుతమనుకూలంగా వీస్తున్నది పుష్పవృక్షాల పైనుంచి వస్తున్న చల్లటి గాలి పరిమళభరితంగా నీ గమనాన్ని సుగమం చేస్తున్నది. ఆ చాతకపక్షిని చూస్తున్నావా! నేలనంటిన నీటిని తాకనని అహంభావంతో నీవు ఇవ్వబోయే నీటిబిందువుల కోసమే చూస్తున్నది. ఆ బలాకపక్షులు వలయాకారంగా ఎగురుతూ నీకు స్వాగతం పలుకు తూండటం శుభశకునం. ఆడపిట్టలు నీ పొందుకోసం నీ మీదికి వస్తున్నాయి. నీ యొక్క నీలకాంతి వాటికెంత యిష్టమో! నీ కోసం వస్తున్న బలాకాంగనలకు (ఆడపిట్టలకు) సంతాన సౌభాగ్యాన్నిచ్చి పుణ్యం కట్టుకో మిత్రమా! అనుకూల వాయువు, బలాకపక్షి దర్శనం, చాతకపక్షుల కూతలు అన్నీ నీకు శుభశకునాలే.

11. రాజహంసలు సహాయంగా వస్తాయి :

"కర్తుం యచ్చ ప్రభవతి మహీముచ్ఛిలీంధ్రా మనంధ్యాం,
తచ్ఛ్రుత్వా తే శ్రవణసుభగం గర్జితం మానసోత్కాః ।
ఆ కైలాసాద్బిస్స కిసలయచ్ఛేద పాథేయ వంతః
సంపత్స్యంతే నభసి భవతో రాజహంసా స్సహాయాః ॥" **(1-11)**

మిత్రమా అంబుదా! నీ దర్శనంతో పుడమి తల్లి సంతోషిస్తుంది. వర్షించే నీ జలబిందువులతో పులకరిస్తుంది. మధురనాదాన్ని అందించే నీ గర్జనలు (ఉరుములు)

లోకానికి ఆనందహేతువులు నీవు వర్షించే ముందే పుడమి నుండి శిలీంధ్రములు (కుక్కగొడుగులు) ఆవిర్భవిస్తాయి. అవి సస్యసమృద్ధిని సూచిస్తాయి. ప్రకృతి సస్యసంపదతో సంతోషాన్ని వ్యక్తం చేస్తుంది. ప్రజలందరూ దాహార్తితో అనిమేషులై (రెప్పపాటు లేకుండా) నిన్నే చూస్తున్నారు రాజహంసలు తామరతూళ్లు తింటూ నీతో పాటూ మానస సరోవరం దాకా వస్తాయి. కైలాస ప్రాంతం వరకు నీకు తోడుగా ఉంటాయి. బ్రహ్మదేవుడి మన స్సంకల్పంతో ఏర్పడిన మానససరోవరమంటే హంసలకు మక్కువ ఎక్కువ. దేవభూమి అని ప్రసిద్ధి పొందిన కైలాసం. మానససరోవరానికి ఎడమ ప్రక్కన ఉన్నది.అక్కడ పరమేశ్వరుని యొక్క నాట్యవేదిక ఉన్నది. ఆ విశేషాలన్నీ దర్శించవయ్యా!

12. రామగిరి ప్రాంతము నుండి మేఘుడికి వీడ్కోలు :

"ఆపృచ్ఛస్వ ప్రియసఖమముం తుంగమాలింగ్య శైలం
వంద్యైః పుంసాం రఘుపతి పదైః అంకితం మేఖలాసు ।
కాలే కాలే భవతి భవతా యస్య సంయోగమేత్య ।
స్నేహవ్యక్తి శ్చిర విరహజం ముంచతో బాష్పముష్ణం ॥" (1-12)

నాయనా జలధరా! జ్యేష్ఠం ఆషాఢం గ్రీష్మర్తువు కనుక ఎండవేడికి తపించి పోయాయి గిరులన్నీ. ఆషాఢం వర్షర్తు ప్రారంభానికి సూచిక. జలాన్ని ధరించేవాడివి కదా! నిన్ను చూసి సంతోషిస్తాయి, పర్వతాలు. వర్షాన్ని కురిపించి, తాపాన్ని పోగొడతావని. శ్రీరామచంద్రప్రభువు యొక్క పద విన్యాసంతో పవిత్రమైనది ఈ చిత్రకూటం. నీకు వీడ్కోలు చెపుతున్నది ఈ పర్వతం. ఒక్కసారి స్నేహపూర్వకంగా ఈ గిరి శిఖరాన్ని కౌగలించుకొని ప్రయాణానికి సిద్ధపడు. 'శరద్ఘనం నార్దతి చాతకోఽపి' - వర్షించిన తరువాత ఆశ్వయుజ కార్తీకమాసాల్లో శరదృతు సమయంలో వెల వెల బోతావు కనుక నిన్ను చాతకపక్షి కూడా నీళ్ళిమ్మని అడగలేదు. ఇంక గిరులడుగుతాయా! సకల జీవరాశికి నీలమేఘుడివైన నీవంటేనే ఇష్టం. నీ రాక ఈ రామగిరికి శ్రీరామరక్ష. నీ ప్రయాణం రామగిరికి కూడా ఇష్టం లేదు. కానీ నా కోసం నీ ప్రయాణం తప్పదు. మళ్లీ వస్తాను అని చెప్పి రామగిరికి చెప్పు. చిత్రకూటశైలము నుండి సెలవు తీసుకో నాయనా!

13. కౌబేర దిశ (ఉత్తర దిక్కు) కు వెళ్లమని చెప్పటం :

(13వ శ్లోకము నుండి 62వ శ్లోకం వరకు ప్రయాణప్రదేశ వర్ణనలు

"మార్గం తావత్ శృణు కథయత స్త్వత్ప్రయాణాను రూపం,
సందేశం మే తదను జలద శ్రోష్యసి శ్రోత్ర పేయం ।

ఖిన్నః ఖిన్న శ్శిఖరిషు పదం న్యస్య గంతాసి యత్ర,
క్షీణః క్షీణః పరిలఘుపయ స్రోతసాం చోపభుజ్య ॥" (1-13)

నాయనా జలదా! వెళ్లవలసిన మార్గం చెపుతాను విను. ఆహ్లాదకరమైన మార్గమిది. భగవత్ స్వరూపమైన ప్రకృతిని పరిశీలిస్తూ ప్రస్థానాన్ని కొనసాగించు. గిరి శిఖరాలు, నదీనదాలు, పవిత్ర సరోవరాలు, జలపాత మృదంగధ్వనులు, మత్తుమయూర నృత్యాలు. ఒకటేమిటి ఎన్నో వింతలు విడ్డూరాలు అడుగడుగునా నీకు కనిపిస్తాయి. లౌకికమైన ఆనందమే కాదు ఆధ్యాత్మికానందం కూడా కలిగించే దేవభూములను దర్శిస్తావు. ప్రయాణం చేసినట్లే ఉండదు. నేత్రపర్వములైన దృశ్యాలు, కనువిందు చేస్తాయి. మార్గశ్రమ మటుమాయమవుతుంది. నెమ్మదిగా గిరిశిఖరాలను స్పృశిస్తూ వెళ్లు. మధ్యలో విశ్రాంతి తీసుకోటానికి అనువైన శీతల ప్రాంతాలు, మలయ మారుత స్పర్శతో నీకు ఆనందం కలిగిస్తాయి. ఉన్నతగిరి శిఖరాల నుండి జలపాతాలు దూకుతుంటాయి. పవిత్రమైన ఆ జలాన్ని స్వీకరించు పవిత్రుడివై ప్రయాణం కొనసాగించు. గైరికాది ధాతువుల స్పర్శతో ఓషధులతో మిశ్రితములైన ఆ ఝురులు శక్తిప్రదాలు, వాటిని దర్శించు! మిత్రమా!

14. ప్రయాణంలో కనిపించే అద్భుత దృశ్యాలు :

"అద్రేశ్శృంగం హరతి పవనః కింస్విదిత్యున్ముఖీభిః,
దృష్టోత్సాహ శ్చకిత చకితం ముగ్ధ సిద్ధాంగనాభిః ।
స్థానాదస్మాత్ సరసనిచులా దుత్పతో దఙ్ముఖఃఖం,
దిఙ్నాగానాం పథిపరిహరన్ స్థూలహస్తావలేపాన్ ॥" (1-14)

వారిధరా! అమాయికలైన సిద్ధాంగనలు గగనమార్గంలో నిన్ను చూసి గిరిశిఖరం ఎగురుతూ వస్తున్నదనుకుంటారు సంభ్రమంగా చూస్తూ ఆశ్చర్యం పొందుతారు. ఎంత అద్భుతంగా ఉంటుందో ఆ దృశ్యం. ఒక పక్క భయం, ఇంకో పక్క విడ్డూరం, ఎంత అమాయికంగా ఉంటారో! మిత్రమా! వెళ్లే మార్గంలో జలాశయాలు వాటికి అటూ ఇటూ నీటి ప్రబ్బలి మొక్కలు, అవి రెల్లు జాతి మొక్కలు ప్రవాహం వచ్చినప్పుడు వంగిపోతాయి, ప్రవాహం పోగానే యథాస్థితిలో నిలబడతాయి, అద్భుతంగా ఉంటుంది. కాళిదాస మహాకవి మిత్రుడు నిచులకవి, గొప్పవాడు ఆయనతో కలసి చదువుకున్నవాడు. ఆయన దర్శనం పుణ్యప్రదం. మహాకవి కాళిదాసుతో పోటీపడిన మరోకవి దిఙ్నాగాచార్యుడు ఆయన కూడా నీకు కనిపిస్తాడు.

15. ఇంద్రధనుస్సు సప్తవర్ణాలతో కనిపించగానే మేఘుడెలా ఉంటాడో!

"రత్నచ్ఛాయా వ్యతికర ఇవప్రేక్ష్యసే తత్పురస్తాత్
వల్మీకాగ్రాత్ ప్రభవతి ధనుఃఖండ మాఖండలస్య ।
యేన శ్యామం వపురతితరాం కాంతి మాపత్స్యతే తే,
బర్హేణేవ స్ఫురిత రుచినా గోపవేషస్య విష్ణోః ॥" (1-15)

మిత్రమా వారిదా! నీ ప్రయాణంలో మరో కోణం ఎంత బాగుంటుందో! నీ నుంచి రాలుతున్న నీటిబిందువులలోంచి సూర్యకాంతి వక్రీభవించి ఏడు రంగుల ఇంద్రధనుస్సు పుట్టలోంచి ఒక్కసారిగా పైకి లేచినట్లనిపిస్తుంది. అది నీ శిరస్సు మీదికి వ్యాపించినట్లుగా అద్భుతంగా కనిపిస్తుంది. నందవ్రజం (వ్రేపల్లె)లో ఎంతమంది గొల్ల పిల్లలున్నారు! వాళ్ళల్లో ఎంతమంది మయూరపింఛాలు ధరించారు! ఒకవేళ కొంతమంది తలల మీద నెమలి ఈకలు పెట్టుకున్నా శ్రీకృష్ణుడి సౌందర్యం వాళ్ళల్లో కనిపిస్తుందా! నెమలి ఈకను తలమీద అలంకరించుకోవటం వల్ల దానికే విలువ పెరిగింది. మిగిలిన గొల్ల పిల్లల తలలపై నున్న పింఛాలు గౌరవాన్ని పొందాయా? లేదు కదా! వాసుదేవుడుగా ఆవిర్భవించిన పరమాత్మ తన మౌళిపై ధరించటం వల్ల మయూరపింఛానికి వన్నె పెరిగింది. అలాగే నీపై వాలటం వల్ల ఇంద్రధనుస్సు సార్థక్యం పొందింది. నెమలి కన్నును అలంకరించుకున్న శ్రీకృష్ణుడిలా కనిపిస్తావయ్యా సోదరా!

16. మేఘుడు మాళవదేశంలో ప్రవేశించటం :

"త్వయ్యాయత్తం కృషి ఫలమితి, భ్రూవికారావభిజ్ఞైః
ప్రీతిస్నిగ్ధైర్జనపద వధూలోచనైః పీయమానః ।
సద్య స్సీరోత్కషణసురభి క్షేత్ర మారుహ్యమాలం,
కించిత్ పశ్చాద్ వ్రజ లఘుగతిర్భూయ ఏవోత్తరేణ ॥" (1-16)

మిత్రమా వారిధరా! మాలం (మధ్యదేశం) అంటే మాళవరాజ్యంలో అడుగు పెడతావు నీ ప్రయాణంలో. అక్కడి వాళ్లందరూ వ్యవసాయదారులు పంట పొలాలను దున్ని నీ రాక కోసం ఎదురు చూస్తుంటారు. వారి భార్యలు కనుబొమల ముడి (చిరాకు) లేకుండా ప్రసన్న దృష్టితో నిన్నే చూస్తుంటారు. అక్కడ వర్షించు, మొదటిసారిగా చినుకులు పడగానే మృత్తికా పరిమళం (మట్టివాసన) వస్తుంది కదా? దాని కోసం అలమటిస్తుంటారు మాళవ వనితలు. 'అన్నాద్భవంతి భూతాని, పర్జన్యా దన్న సంభవః' అన్నం వల్ల జీవులు

ఈ నేలపై జీవిస్తాయి. ఆ అన్నానికి ఆధారం మేఘుడు" అని గీతాచార్యుడు శ్రీకృష్ణుడు చెప్పిన మాట విన్నావు కదా! నీ మార్గంలో కొంచెం పడమటికి తిరిగి ఆ మాళవ దేశాన్ని నీ పవిత్ర జలధారలతో అభిషేకించు. వారికి సస్యసంపదననుగ్రహించు. తరువాత మళ్లీ ఉత్తరదిశగా ప్రయాణాన్ని కొనసాగించు. నాగలితో పొలాన్ని దున్ని నీవిచ్చే నీటితో తడిపి విత్తనాలు చల్లి మొక్కలు రాగానే ఆ పంట కోసం వేయి కళ్లతో ఎదురు చూస్తుంటారు కర్షక వనితలు, కర్షకులు.

17. మేఘుడికి ఆమ్రకూట పర్వతం స్వాగతం చెపుతుంది :

"త్వామాసాద ప్రశమిత వనోపప్లవం సాధు మూర్ధ్నా
వక్ష్యత్యధ్వ శ్రమ పరిగతం సానుమానామ్రకూటః ।
న క్షుద్రోఽ పి ప్రథమ సుకృతాపేక్షయా సంశ్రయాయ
ప్రాప్తే మిత్రే భవతి విముఖః కిం పునర్యస్తథోచ్చైః ॥" (1-17)

అంబుధరా! సముద్ర ఉపరితలానికి 3,498 అడుగుల ఎత్తున అమరకంటకమనే పర్వతమున్నది. నర్మదానది ఇక్కడే పుడుతుంది. ఈ ప్రాంతమంతా ఆమ్ర (మామిడి) వృక్షాలు సమృద్ధిగా ఉండటం వల్ల దీన్ని ఆమ్రకూటమంటారు. రమణీయమైన ఆ గిరి నీకు స్వాగతం పలుకుతుంది. ఇది నీకు విడిది. నీ పట్ల ఆ శైలానికి ఎంతో గౌరవం. వేసవిలో ఆ పర్వతంపై చెట్ల రాపిడితో మంటలు రేగి దావాగ్ని వ్యాపిస్తుంది. కనుక నీవు సమృద్ధిగా అక్కడ వర్షించి విశ్రాంతి తీసుకో. సామాన్యుడైనా అతడు మిత్రుడు తప్పకుండా అతనిని ఆదరించు. ఆ గిరిపై నెలకొన్న చరాచర జీవరాశికి జీవాన్ని (నీళ్లను) అందించు 'నాభ్యర్థితో జలధరో ఽపి జలం దదాతి' అడక్కపోయినా మేఘుడు నీళ్లిస్తాడు. అని భర్తృహరి మహాకవి చెప్పలేదా! అందుచేత సమతల ప్రదేశం కలిగిన ఆ సమున్నత గిరిని వర్షధారలతో ముంచి అనుగ్రహించు నాయనా!

18. ఆమ్రకూటం ఎంత అందంగా ఉంటుందో!

"ఛన్నోపాంతః పరిణయ ఫలద్యోతిభిః కాననామ్రైః
త్వయ్యారూఢే శిఖర మచల స్నిగ్ధవేణీ సవర్ణే ।
నూనం యాస్యత్యమర మిథున ప్రేక్షణీయా మవస్థాం ।
మధ్యేశ్యామం స్తన ఇవ భువ శ్శేష విస్తార పాండుః ॥" (1-18)

మిత్రమా తోయదా! అక్కడ ఒక విచిత్రం కనిపిస్తుందయ్యా! ఆ పర్వతమంతా ఎర్రగా ఎండిన పండ్లతో మామిడి చెట్లు వ్యాపించి ఉంటాయి. నల్లటి రంగుతో నీవు ఆ శిఖరం మీద విశ్రాంతి తీసుకుంటున్నప్పుడు, ఆకాశంలో సంచరిస్తున్న దేవతల జంటలు (ప్రేయసీ ప్రియులు) ఆశ్చర్యానందాలకు లోనవుతారు. పుడమి అనే పడుచుకు అందాన్ని ఇనుమడించిన నీ వైశిష్ట్యం ప్రశంసనీయం. విరగ గాచిన ఎర్రటి మామిడి పండ్లతో ఎత్తుగా ఉన్న ఆ శైలం పుడమి పడతి యొక్క స్తనంలా కనిపిస్తే మధ్యలో ఉన్న నీ శ్యామవర్ణం చనుమొనలా కనిపిస్తుందట దేవతలకు, ఎంత బాగుందయ్యా నీ శోభ. ఈ రామణీయకత్వానికి కారణం నీవక్కడ విశ్రాంతి తీసుకోవటమే కదా!

19. నర్మదా నదీ సౌందర్య వర్ణన :

"స్థిత్వా తస్మిన్ వనచర వధూభుక్త కుంజో ముహూర్తం
తోయోత్సర్గద్రుతతర గతిస్తత్పదం వర్త్మ తీర్ణః ।
రేవాం ద్రక్ష్యస్యుపల విషమే వింధ్యపాదే విశీర్ణాం,
భక్తి చ్ఛేదై రివ విరచితాం భూతిమంగే గణస్య ॥"

ధారాధరా! ఆమ్రకూటంలో పుట్టి క్రిందికి ప్రవహించిన రేవా (నర్మదా) నది, ఎగుడు దిగుడు రాళ్లతో విషమంగా కనిపించే వింధ్య పర్వతాలను చుట్టుముట్టినట్లు కనిపిస్తుంది గమనించు. భారతదేశానికి గర్వకారణాలు. నర్మదా వింధ్యలు. ఉత్తర దక్షిణ భారత విభాగానికి వింధ్యయే ఆధారం. నీకు గుర్తుందా! ఒకప్పుడు వింధ్యుడు మేరుగిరితో పోటీపడి అలా పెరిగిపోవటం మొదలు పెట్టాడు. అప్పుడు దేవతలు మహర్షులు అగస్త్య భగవానులవారికి ఆ విషయాన్ని చెప్పారు. ఆ మహర్షి వాళ్లకు ఉపకారం చేయటానికి, తనకెంతో ప్రీతికరమైన కాశీ నగరాన్ని విడిచి, తన భార్య లోపాముద్రాదేవితో కలిసి వింధ్యుడి దగ్గరకు వచ్చారట. ఆయన యొక్క తపశ్శక్తి ప్రభావం తెలుసు కనుక వింధ్యుడు ఆయనకు పాదనమస్కారం చేశాడట. "నాయనా వింధ్యా! ఇప్పుడు నేను దక్షిణ భారతదేశానికి వెళుతున్నాను సులభంగా నిన్ను దాటి వెళతాను, మళ్లీ నేను వచ్చేవరకు ఇలాగే ఉండు అని ఆదేశించాడట. 'తథైవ గురువర్య!' అలాగే గురువుగారూ! అని నమస్కారం చేస్తున్నట్లుగా వంగి ఉన్నాడట. వింధ్యాద్రి దాటిన ధర్మపత్నీసహితుడైన అగస్త్యుల వారు దక్షిణ కాశీ (ద్రాక్షారామం) చేరి అక్కడే ఉండిపోయాడట. ఆ విధంగా లోకక్షేమం కోరి ఆ మహర్షి చేసిన పని ఇప్పటికి ప్రాతస్స్మరణీయమే; అలాంటి వింధ్య

సానువుల చుట్టూ ప్రవహిస్తున్న పవిత్ర ప్రవాహం నర్మద ఏనుగు చర్మం మీది విభూతిరేఖలా నర్మదానది గండశిలల మీద ప్రవహిస్తూ వెడల్పైన ప్రవాహంతో విచిత్రంగా కనిపిస్తుంది.

20. పవిత్రమైన నర్మదాజలములను స్వీకరించమని యక్షుడు మేఘుడికి సూచిస్తాడు :

“తస్యాస్తిక్తై ర్వస మదగజైర్వాసితం వాంతదృష్టిః,
జంబూకుంజ ప్రతిహితరయం తోయమాదాయ గచ్ఛేః ।
అంతఃపారం ఘన! తులయితం నానిలశ్శక్ష్యతి త్వాం,
రిక్త స్సర్వో భవతి హి లఘుః పూర్ణతా గౌరవాయ ॥ (1-20)

ధారాధరా! వింధ్య పర్వత ప్రాంతాల్లో అడవి ఏనుగులు గుంపులు గుంపులుగా సంచరిస్తాయి. ఆరోగ్యంగా బలంగా ఉంటాయి. కారణం తెలుసా! ఆ మత్తగజాలు ఉభయసంధ్యా సమయాల్లో నర్మదా నదీ జలాల్లో స్నానం చేసి పవిత్రములవుతాయి. సమృద్ధిగా ఆ నీటిని తాగుతాయి. ఆ నీరు ఔషధతుల్యం. ‘కఫవాత పైత్యదోష హరం రేవాజలం’ అని శాస్త్రం చెపుతున్నది. గండశిలలపై శబ్దం చేస్తూ ప్రవహించే నీరు ఆరోగ్యకరం. “నర్మదా భవతి శర్మదా” నర్మద సౌఖ్యాన్ని (ఆరోగ్యాన్ని) కలిగిస్తుందంటారు పెద్దలు. ఆ నీటికి అంత పవిత్రత పరిశుద్ధత రావటానికి కారణం అటూ ఇటూ జ్యోతిర్లింగాలు ఓంకారేశ్వరుడు అమరేశ్వరుడు వెలసియుండటమే. ‘స్పర్శనాన్నర్మదా దద్యాత్’ – అని పురాణ వచనం. నర్మదా తోయాన్ని ముట్టుకున్నంత మాత్రాన పాపాలు పోయి పుణ్యం కలుగుతుందిట. జంబూ వృక్షాలను ఒరుసుకుంటూ ప్రవహించటం వల్ల నేరేడు పండ్లలోని వగరు నర్మదా జలానికి కలిగింది. అందువల్లనే ఆరోగ్యకరం. రకరకాల నదీనదజలాలు తాగటం వల్ల నీకు భారం కలుగుతుంది. కనుక భారజలాన్ని వర్షించు, తరువాత నర్మదా తోయం స్వీకరించు. శక్తిమంతుడివవుతావు. బలహీనులకు విలువ ఉంటుందా! “శరీరమాద్యం ఖలు ధర్మసాధనం’ అని కాళిదాస మహాకవి కుమారసంభవం మహాకావ్యంలో చెప్పాడా లేదా! అందుచేత పవిత్ర నదీజలాన్ని స్వీకరించి శక్తిని పుష్టిని పొందు. నా పని మీద వెళుతున్నావు కదా! మార్గదర్శక సూత్రాలను పాటించు మిత్రమా! పరిపూర్ణమైన ఆరోగ్యవంతుడు సర్వత్ర పూజనీయుడవుతాడు. ఆధ్యాత్మిక శక్తిని కూడా ప్రసాదిస్తాయి నర్మదా జలాలు. కనుక నర్మదా స్పర్శనంతో శక్తిమంతుడవై ఓంకారేశ్వర స్వామిని దర్శించు.

21. జింకలు ఏనుగులు మార్గదర్శనం చేస్తాయి :

"నీపం దృష్ట్వా హరిత కపిశం కేసరై రద్ధరూఢైః,
ఆవిర్భూత ప్రథమ ముకుళాః కందలీశ్చానుగచ్ఛం ।
జగ్ధ్వా రణ్యే ష్వధిక సురభిం గంధమాఘ్రాయ చోర్వ్యాః,
సారంగాస్తే జల లవ ముచ సూ్చయిష్యంతి మార్గం ॥ (1-21)

అంబుధరా! నీవు వెళ్లే మార్గంలో జింకలు ఏనుగులు గుంపులు గుంపులుగా కనిపిస్తాయి. జలదాతలైన నిన్ను చూడగానే వాటికి సంతోషం కలుగుతుంది. జీవరాశికి ఆ ప్రాణాధారభూతుబలి నీవే కదా! నీ మార్గాన్ని ముందే తెలుసుకుంటాయి. నీల మేఘశ్యామత్వాన్ని పూజిస్తాయి. నీవు చినుకులను రాలిస్తే పులకించిన పుడమి సౌరభాన్ని ఆఘ్రాణిస్తాయి. ఒక్కసారి ముందుకు చూడు చాతకపక్షులు నోళ్ళు తెరచుకొని నీవందించే నీరములను స్వీకరించటానికి సిద్ధంగా ఉన్నాయి. నీకు స్వాగతం చెపుతున్నాయి. చెంగు చెంగున ఎగురుతున్న జింకలు అందమైన కళ్ళను అటూ ఇటూ తిప్పుతు ఎంత అందంగా నీకు మార్గదర్శనం చేస్తాయో, గ్రీష్మతాప సంతప్తములైన ఏనుగులన్నీ నిన్ను ఆహ్వానిస్తాయి. పూర్ణకుంభస్వాగతం చెపుతాయా అన్నట్లు కుంభస్థలాలను వంచి వినయాన్ని ప్రదర్శిస్తున్నాయి. కదంబ వృక్షాల చిగుళ్లను కబళించటానికి సిద్ధంగా ఉంటాయి గజసమూహాలు. నేల మీద తీగల్లా అల్లుకుపోయిన నేల అరటి తీగలను ఆప్యాయంగా ఆరగిస్తూ జింకలు నిన్నే చూస్తాయి. వేసవి గడిచింది. అయినా అప్పుడేర్పడిన దావాగ్ని శేషాలు అక్కడక్కడా కనిపిస్తాయి. నీవు వర్షిస్తే అగ్నిశేషం అంతరిస్తుంది. అందుకే జింకలు, ఏనుగులూ పక్షులూ నిన్నారాధిస్తాయి.

22. సిద్ధులు ధన్యవాదాలర్పిస్తారు :

"అంభోబిందు గ్రహణ చతురాంశ్చాతకాన్ వీక్షమాణాః
శ్రేణీభూతాః పరిగణనయా నిర్దిశంతో బలాకాః ।
త్వామాసాద్య స్తవిత సమయే మానయిష్యంతి సిద్ధాః,
సోత్కంఠాని ప్రియసహచరీ సంభ్రమాలింగితాని ॥ (1-22)

మిత్రమా పయోధరా! చాతకపక్షులు వరుసలలో ఎగురుతూ నీవిచ్చే జలబిందువులను కిందపడకుండా నేర్పుతో స్వీకరించి ఆనందిస్తున్నాయి. కొంగజాతి బెగ్గురు పిట్టలు (బలాహకములు) ఆ చాతక పక్షుల వర్ష బిందు స్వీకరణ చాతుర్యాన్ని ఆశ్చర్యంగా చూస్తూ

ఆకాశంలో అలా ఒక్కొక్కటీ నిలబడుతుండగా వాటిని లెక్కిస్తున్నారు సిద్ధయువతులు. ఆశ్చర్యంగా చాతక పక్షులను బలాహక పక్షులను వాటిని చూస్తున్న సిద్ధాంగనలను సిద్ధులు చూస్తున్నారు. ఇంతలో వినోదంగా నీవు గర్జించావు. నీ ఉరుము చప్పుడు గంభీరంగా వినపడగానే ఉలిక్కిపడి భయంతో వణికిపోయిన సిద్ధాంగనలు ఒక్కసారిగా అనూహ్యమైన రీతిలో తమ ప్రియులను కౌగలించుకున్నారు భయంతో. అడుగకుండానే అప్రయత్నంగా ప్రియురాళ్ళకౌగిళ్లను పొందిన సిద్ధులు అందుకు కారణమైన నిన్ను అభినందిస్తారు. ఎంత అదృష్టమయుడివయ్యా జలదా!

23. ప్రయాణవేగం పెంచమని మేఘుడిని అర్థిస్తాడు హేమమాలి :

> "ఉత్పశ్యామి ద్రుతమపి సఖే మత్ప్రియార్థం యియాసోః,
> కాలక్షేపం కకుభసురభౌ పర్వతే పర్వతే తే ।
> శుక్లాపాంగైః సజలనయనైః స్వాగతీకృత్య కేకాః,
> ప్రత్యుద్యాతః కథమపి భవాన్ గంతుమాశు వ్యవస్యేత్ ॥" (1-23)

పయోముచా! కాంతా విరహంతో ఉద్యోగం ఊడింది. అధికారం పోయింది. దివ్యశక్తి మాయమైనది. చేసిన తప్పుకు శిక్ష అనుభవిస్తున్నాను. ఎనిమిది నెలలు గడిచి పోయాయి. వర్షర్తు సమయం ఎంతో బాధను కలిగిస్తున్నది. నా విషమపరిస్థితిని చూడవయ్యా మిత్రమా! దయచేసి కొంచెం వేగం పెంచు. నీ పరిస్థితి నాకు తెలుసు అడుగడుగునా అందరూ ఆహ్వానించేవాళ్లే ఆప్యాయంగా పలకరించేవాళ్లే అభినందించే వాళ్లే. ఎంత అదృష్టవంతుడివి. ప్రతి గిరి శిఖరం మీద అద్భుత దృశ్యాలు నిన్ను కదలనివ్వటం లేదు. పరిమళభరితమలయమారుతాలను ఆఘ్రాణించకుండా ఎవరుంటారు! ప్రేయసీప్రియులు జంటలను చూడకుండా ఎలా వెళ్లగలరు ముందుకు. అక్కడ పర్వత శ్రేణులలో మత్తమయూరాలు క్రీంకారాలు చేస్తున్నాయి. నీ ఉరుములు విని పులకించి ఆనందంతో పింఛం విప్పి నాట్యం చేస్తున్నాయి. ఆ నాట్యాలు చూస్తూ ఆడనెమళ్ళు తన్మయంతో మైమరచిపోయాయి. నీకో విషయం తెలుసా! నెమళ్లకు సంపర్కం లేకుండానే సంతానం కలుగుతుందిట. బ్రహ్మచర్యవ్రతం పాటించటమంటే అదేనేమో! అందుకే అస్ఖలిత బ్రహ్మచర్యాన్ని సూచించటానికి శ్రీకృష్ణ పరమాత్మ. మయూర పింఛాన్ని శిరస్సుపై ధరిస్తాడు. మగనెమళ్లు నిన్ను చూస్తూ నీ కేకలను (ఉరుములను) వింటూ ఒళ్ళు మరచి నిర్విరామంగా నృత్యం చేస్తూ ఆనందభాష్పాలు రాలుస్తాయి. ఆడనెమళ్ళు ఆప్యాయంగా వాటిని చూస్తాయి.

ఆనందభాషావృతములైన వనమయూరాలు చూపులు ఆడ నెమళ్ళకు అనిర్వచనీయమైన ఆనందాన్ని కలిగిస్తాయి. తత్ఫలితంగా మయూరాంగనలు గర్భవతులవుతాయి. అదే సృష్టి వైచిత్ర్యం. సరే! ఇలా చెప్పుకుంటూ పోతే విధాత సృష్టి విధానాలు పరమాద్భుతాలెన్నో. ఈ రమణీయ దృశ్యాలను చూడవద్దని చెప్పను. కాని తొందరపడు. ప్రయాణవేగాన్ని పెంచు. నా ప్రేయసి విశాలాక్షి ఉన్న అలకాపురి భవనానికి వెళ్లాలి కదా!

24. మాళవ దేశపూర్వభాగమైన దశార్ణ ప్రాంత వర్ణన :

"పాండుచ్ఛాయో పవన వృతయః కేతకై స్సూచిభిన్నై,
నీదారంభై ర్గృహ బలి భుజా మాకులగ్రామ చైత్యాః ।
త్వయ్యాసన్నే పరిణత ఫలశ్యామ జంబూ వనాంతాః
సంపత్స్యంతే కతిపయ దినస్థాయి హింసాదశార్ణాః ॥" **(1-2)**

అంబుధరా! వేత్రవతీ నదీపరీవాహక ప్రదేశం, దశార్ణ దేశమనే గ్రామ సముదాయం. మాళవ దేశ పూర్వభాగమిది. దీని రాజధాని విదిశా నగరం. సస్య సమృద్ధములు, పుష్ప ఫలోద్యానాలతో మనోహరములై వివిధ సరోవరాలతో దేవాలయాలతో బౌద్ధారామాలతో స్వయంసమృద్ధములు దర్శనమిచ్చే దశజనపద సముదాయం జంబూవనాలతో శుభి స్తూంటూంది. ఇక్కడ విలసిల్లిన జంబూవనాల వల్లనే జంబూద్వీపానికి ఆ ప్రశస్తి వచ్చిందేమో! సువిశాలమైన రాజమార్గాలతో ఉన్నత భవనాలతో దశార్ణం ఆదర్శజీవన మార్గానికి మార్గదర్శకం. దశార్ణమనే సెలయేరు ప్రవహిస్తుందిక్కడ. ఈ గ్రామాల్లో కేతకీ నికుంజాలు (మొగలిపొదలు) విరివిగా కనిపిస్తాయి. పూర్వం ప్రతిగ్రామంలో చైత్య ప్రదేశాలుండేవి. సాధువుల యొక్క సమాధులుండే ప్రదేశాలవి, వాటి చుట్టూ వటవృక్షా లుండేవి. అలాంటి చైత్యాలు దశార్ణంలో దర్శనమిస్తాయి. "వక్షోరక్షతి రక్షితః' అనే శాస్త్ర వచనం ఇక్కడ సార్థకమవుతుంది. గృహాలయాలు విద్యాలయాలు వైద్యాలయాలు దేవాలయాలు ఓషధీ వృక్షాలతో వైభవంగా కనిపిస్తాయి. పలాశ (మోదుగ), ఔదుంబర (మేడి), శమీ (జమ్మి), అశ్వత్థ (రావి) వట (మర్రి) వృక్షాలతో నేత్రపర్వంగా కనిపిస్తుంది దశార్ణం, గృహస్థులందరూ 'నాకబలి కాకబలి' నియమంగా నిర్వహిస్తారు. సర్వాంగ సుందరములైన ఆ జనపదాలను దర్శించు నాయకా!

25. విదిశా నగరవైభవం :

"తేషాం దిక్షు ప్రథిత విదిశా లక్షణాం రాజధానీం,
గత్యా సద్యః ఫలమలికలం కాముకత్వస్య లబ్ధా ।

తీరోపాంతస్తనిత సుభగం పాస్యసిస్వాదు యత్తత్
సభ్రూభంగం ముఖమివ పయో వేత్రవత్యాశ్చలోర్మిః ॥" (1-25)

వారిముచా! దశార్ణదేశ రాజధాని విదిశానగరం. సమతల ప్రదేశంలో ప్రశాంత రమణీయ ప్రదేశంలో స్వయం సమృద్ధంగా వెలసిన రాజ్యమిది. ప్రధాన కార్యాలయాలన్నీ ఇక్కడే ఉంటాయి. కళలకు కాణాచి, విదిశా నగరం, భోగభాగ్యాలకు పుట్టినిల్లు, గురుకులావాస విద్యాలయాలు నగర సరిహద్దులలో కనిపిస్తాయి. మధ్యప్రదేశంలోని ప్రసిద్ధ నగరమిది. యజ్ఞయాగాది క్రతువులు జరుగుతుంటాయి. వేదఘోష విదిశానగరాన్ని పవిత్రం చేస్తుంది. వేత్రవతీ నదిచే పరివేష్టించబడిన సామాన్య జనపద సముదాయం, దైవ నిర్మితమని భావిస్తారు. భోగభాగ్యాలకు నెలవులు ఆ జనావాసాలు. ఆ వేత్రవతీ నది నీ రాక కోసం ఎదురుచూస్తున్నది. అందమైన భ్రుకుటితో నవయౌవనవతిగా నిన్ను ఆహ్వానిస్తున్నట్లున్నది ఆ నదీలలామ. ఆ ప్రవాహం దశార్ణజనపదాలను రాజధాని విదిశా నగరాన్ని కూడా సస్యశ్యామలం చేస్తూ యమునా నదిలో కలిసి సాగర సంగమం లక్ష్యంగా ప్రయాణిస్తుంది.

26. ఉదయగిరిగా ప్రసిద్ధి పొందిన నీచైర్గిరిపై మేఘుడు విశ్రాంతి పొందవచ్చు :

"నీచైరాఖ్యం గిరిమధివసే స్తత్ర విశ్రామ హేతోః
త్వత్సంపర్కాత్ పులకితమివ ప్రౌఢపుష్పైః కదంబైః ।
యః పణ్యస్త్రీ రతి పరిమళోద్గారిభి ర్నాగరాణాం,
ఉద్దామాని ప్రథయతి శిలా వేశ్మభి ర్యౌవనాని ॥" (1-26)

వారిధరా! గిరులు ఝరులు సందర్శిస్తూ జనపదాలను పులకింపజేస్తూ నీ ప్రయాణం నిరంతరాయంగా సాగుతుంది. అలసట కూడా కలుగుతుంది. గగనమార్గంలో గమనం సాగినా ఎత్తుపల్లాలతో కొండలు గుట్టలు నీకు శ్రమ కలిగిస్తాయి. పర్వతాలు సమున్నతాలు కొండలుసామాన్యంగా కనిపించినా చెట్లతో పుట్టలతో దుర్గమంగా ఉంటాయి. వాటిని సమభావంతో ఆదరణపూర్వకంగా పలకరిస్తూ వెళతావు కదా! ఆరోహణలు అవరోహణలు చిరాకు కలిగిస్తాయి. అందుచేత నీచైర్గిరిపై కొంతసేపు విశ్రాంతి తీసుకో ఉదయగిరిగా ప్రతీతి పొందిన శైలరాజమది. అక్కడ కదంబవృక్షాలు విరివిగా ఉంటాయి. చెట్లనిండా ఘుమఘుమలాడుతుంటాయి కదంబపుష్పాలు. 'కదంబ వనవాసినీ'

అంటారు శ్రీలలితా పరాభట్టారికా దేవి. ఎంత అందమైనవి ఆ పూలు. అమ్మవారికెంతో ఇష్టమైనవి. ఆ కడిమి పూలు రాశులు రాశులు గిరిశిఖరంపై పడి నేత్రోత్సవాన్ని కలిగిస్తాయి. పర్వతసానువులు చాలా అందంగా ఉంటాయి. వాటిలో అందములైన గుహలు కనిపిస్తాయి. ఆ గుహలన్నీ నిర్జీవంగా ఉన్నాయనుకోకు విదిశా నగరంలోని నాగరిక యువకులు యువతులు అక్కడికి వస్తారు సుగంధ లేపనాలు వాళ్లకు అలంకారాలు. మధుపానమత్తులై రూపాజీవలు (వేశ్యలు) అక్కడ విలాసంగా ఒయ్యారాలొలకబోస్తూ తిరుగుతుంటారు. విదిశాపురీ యువకులందరూ వారకాంతల కోసం అక్కడికి చేరతారు. వాళ సరససంభాషణ లతో ఉదయగిరి గుహలు సందడి చేస్తుంటాయి. ఆ దృశ్యాలను తిలకిస్తూ విశ్రాంతి తీసుకో మిత్రమా!

27. విరామానంతరం ప్రయాణాన్ని కొనసాగించాలి :

> **"విశ్రాంతస్సన్ వ్రజ వననదీ తీర జాలాని సించన్,**
> **ఉద్యానానాం వనజలకణై ర్యూధికా జాలకాని ।**
> **గండస్వేదాపనయన రుజాక్లాంత కర్ణోత్పలానాం,**
> **ఛాయాదానాత్ క్షణపరిచితః పుష్పలావీ ముఖానాం ॥** **(1-27)**

మిత్రమా జలదా! విశ్రాంతి తీసుకున్న తరువాత, అలసట తగ్గిన పిదప పునః ప్రస్థానం సాగించు. నీ యాత్ర ఆనందదాయకం నీకూ నాకూ కూడా. ఎందుకంటే గగనగమనశక్తి ఉండేది కనుక ఆ ప్రాంతాల్లో సహజ సుందరవనాలను ఉపవనాలను నేను దర్శించాను. సహజసిద్ధంగా ఏర్పడినవి ఆ తోటలు, అడవులు. అందులో కొండల మీద ఉండేవి ఇంకా అందంగా కనిపిస్తాయి. నదీతీరాల్లో స్వేచ్ఛగా పెరిగిన సమున్నత వృక్షాలు చూపరులనాకట్టుకుంటాయి. బాటసారులు ఆ చెట్లనీడల్లో విశ్రాంతి తీసుకుంటారు. మధుర సౌరభాలతో మదిని పరవశింపజేస్తాయి ఆ పుష్పవృక్షాలు. ఇక పండ్ల చెట్లన్నీ నోరూరిస్తూంటాయి. అల్లంత దూరంలో ఆకాశాన్ని అంటుతున్నాయా అన్నట్లు ఎత్తుగా కనిపించే గిరి శిఖరాలు చూడు, వాటి ప్రక్కనే లోతైన అగాధాలు. పల్లెపడుచులు అక్కడికి వస్తూంటారు. ఆ లోయల్లోని ఉద్యానాలకు పరిమళభరితములైన పుష్పాలను కోస్తూంటారు. ఆ పుష్పమాలికలు ప్రకృతిని ఆరాధిస్తారు. తమ్మిపూలు తమ్మిపూలు మల్లెపూలు, గన్నేరుపూలు, మందారపూలు, నందివర్ధనాలు సంపెంగ పూలు ఎన్నో ఎన్నెన్నో కనువిందు చేస్తూంటాయి. నల్ల కలువలు, తెల్ల కలువలు, ఎర్రటి పద్మాలు, మరెన్నో అద్భుత ప్రకృతి

రమణీయకతను దర్శింపజేస్తాయి. అటూ ఇటూ పరుగులు పెడుతూ వివిధ పుష్పాలను కోస్తూ ఆ పుష్పమాలికలు శ్రమతో కలిగిన స్వేదబిందువులతో ఎంతో అందంగా కనిపిస్తారు వాళ్లకు చల్లటి నీడను ఇవ్వు. వేసవికాలంలో కూడా చల్లదనాన్ని కలిగించే సహజసుందర వాతావరణమది. తప్పకుండా దర్శించు.

28. అవంతికా నగర దర్శనం :

'వక్రః పంథా యదపి భవతః ప్రస్థిత స్యోత్తరాశాం,
సౌధోత్సంగ ప్రణయ విముఖో మా స్మ భూరుజ్జయిన్యాః ।
విద్యుద్దామ స్ఫురితచకితై ర్యత్ర పౌరాంగనానాం,
లోలాపాంగై ర్యది న రమసే లోచనైర్వంచిత స్స్యాః ॥" (1-28)

తోయదా! నీవు వెళ్లేది అలకాపురికి, ఉత్తర దిశగానే నీ ప్రస్థానం, కానీ నా మాట విను. మార్గాన్ని కొంచెం వక్రంగా చేసుకొని మధ్యప్రదేశంలోని అవంతీ రాజ్య రాజధాని ఉజ్జయినీ నగరాన్ని చేరు. దీనికి విశాలా నగరమని కూడా పేరు. వంకరదారి చుట్టూ తిరిగి వెళ్లాలి అని అనుకోకు పొరపాటుననైనా చూడకుండా ముందుకు వెళ్ళావో తరువాత పశ్చాత్తాపం పొందవలసి వస్తుంది. కారణమేమిటో తెలుసా! మోక్షనగరాలు ఏడిటిలో "అవంతిక ఒకటి' అయోధ్యా మధుర, మాయ, కాశీ, కాంచీ అవంతిక ద్వారక! ఇవి మానవుడన్నవాడు దర్శించి తరించవలసి తీర్థ క్షేత్ర మహిమ కలవి. బ్రహ్మాండపురాణం ఉత్తర ఖండంలో, హయగ్రీవస్వామివారు అగస్త్య భగవానులవారికి ఉపదేశించిన శ్రీలలితా దివ్య సహస్ర నామ స్తోత్రమున్నది కదా! అందులో ఒక ముఖ్య శ్లోకం నిత్య స్మరణీయం.

"ఇచ్ఛాశక్తి జ్ఞానశక్తి క్రియాస్వరూపిణీ ।
సర్వాధార సుప్రతిష్ఠా సదసద్రూపధారిణీ ॥"

కోరికలనిచ్చే తల్లి ఇచ్ఛాశక్తి స్వరూపిణి శ్రీ మహాలక్ష్మీదేవి, జ్ఞానాన్ని అనుగ్రహించే మాత జ్ఞానశక్తి స్వరూపిణి శ్రీ మహాసరస్వతీదేవి. సర్వకార్య నిర్వహణకు కావలసిన బలాన్ని ఇచ్చే జనని క్రియాశక్తి స్వరూపిణి శ్రీ మహాకాళీదేవి; త్రిశక్తి స్వరూపిణుల సమాహారం శ్రీలలితా పరాభట్టారికా దేవి. అందరికి ఆ తల్లి ఆధారమైనది. అందరి హృదయాల్లోనూ ప్రతిష్ఠితమైయున్నది. సజ్జనులకు మంచి రూపంతోను, దుర్జనులకు భయానక రూపంతోను దర్శనమిస్తుంది.

ఆసురీ శక్తులను రూపుమాపే జగజ్జనని ఉజ్జయిని నగరంలో శ్రీమహాకాళిదేవిగా వెలసినది. అంధకాసురాది రాక్షసులను సంహరించిన శ్రీ మహాకాళేశ్వరుడు స్వయం

భూరూపుడైనది ఈ పుణ్యభూమిలోనే, వింధ్య పర్వతంలో పుట్టిన నిర్వింధ్యానది అవంతీ నగరాన్ని రక్షిస్తూంటుంది. మరో ప్రక్కన శిప్రానది ప్రవహిస్తూంటుంది. ఈ నదీ తీరంలోనే అంగారకుడు ఆవిర్భవించిన పుణ్యప్రదేశమున్నది. కుజదోషాలున్నవాళ్ళు, కాలసర్పదోషాలున్నవాళ్ళు ఇక్కడికి వచ్చి శిప్రానదిలో స్నానం చేసి, అంగారక స్వామిని సేవించి దోషాలను పోగొట్టుకుంటారు. దీనికి కొంతదూరంలో ఉత్తరభాగాన భేతాళ వటవృక్షమున్నది. విక్రమశక కర్త విక్రమార్కుడు పరిపాలించిన మాళవదేశానికి పశ్చిమభాగమీ నగరం. విక్రమార్కుడు భేతాళుడడిగిన ప్రశ్నలకు సమాధానం చెప్పిన ప్రదేశమిది. మిత్రమా! తప్పకుండా ఈ విశాల నగరాన్ని దర్శించు క్షిప్రా నదిలోను, నిర్వింధ్యానదిలోను స్నానం చేసి పవిత్రుడివై అంగారకస్వామి, శ్రీ మహాకాళీమాతను శ్రీ మహాకాళేశ్వరుడిని దర్శించుకో. అర్ధరాత్రి సమయంలో స్వామివారికి జరిగే భస్మాభిషేకాన్ని దర్శించు. శివానుగ్రహం లభిస్తుంది. ఈ నగరంలో అందమైన భవనాలున్నాయి. భవనాల చుట్టూ ఉద్యానాలున్నాయి. విలాసినులు ఉద్యానాల్లో విహరిస్తుంటారు. కళలకు కాణాచి ఉజ్జయిని, విక్రమార్కుడి ఆస్థానంలో నవరత్నాలుగా ప్రసిద్ధికెక్కిన మహాపండిత కవులు విలసిల్లినది ఈ పుణ్యభూమిలోనే. ఎక్కడ చూసినా పండితసభలు. సంగీత విభావరులు నాట్య సమ్మేళనాలు అద్భుతంగా ఉంటుందీ నగరం. అవంతీ సుందరీమణులు నీ ఉరుములు అద్భుతంగా మెరుపులు చూసి భీతహరిణేక్షలవుతారు. వాళ్లను భయపెట్టకు.

29. నిర్వింధ్యా నదీ జలాలను సేవించటం శుభకరం :

> "వీచిక్షోభస్తనిత విహగశ్రేణి కాంచీగుణాయాః,
> సంసర్పంత్యా స్ఖలితసుభగం దర్శితావర్తనాభేః ।
> నిర్వింధ్యాయాః పథి భవ రసాభ్యంతర స్సన్నిపత్య
> స్త్రీణా మాద్యం ప్రణయవచనం విభ్రమో హి ప్రియేషు ॥" (1-29)

నాయనా జీమూతా! కలహంసల బారులు బంగారు మొలనూలులా కనిపిస్తూండగా నిర్వింధ్యా నదీలలామ ఒయ్యారంగా హావభావాలతో నీకోసం ఎదురు చూస్తూంటుంది. తరంగాల నాభీ ప్రదేశం నిన్నాకర్షిస్తుంది. సందేహించకు, ప్రియుడి కోసం అందచందాలను ప్రదర్శించే ప్రియురాలిని నిర్లక్ష్యం చేస్తారా! నిర్వింధ్యను పలకరించు, సంతోషిస్తుంది. ఆమె యొక్క శృంగార చేష్టలను తిలకించు, స్పందించు. అదే ప్రేయసీప్రియుల స్పందన ప్రతిస్పందన ప్రక్రియ. సరసహృదయుడు రసహృదయుడు సహృదయుడు అయిన

నాయకుడు శృంగార నాయికను ఆనందింపజేస్తాడు కదా! అలాగే సహృదయుడివైన నీవు నిర్వింధ్యానాయికను అనునయించు పవిత్రమైన ఆ నదీ లలామ యొక్క అనుగ్రహాన్ని సంపాదించు. ఆ నదిలో పవిత్రస్నానం చేసి ముందుకు వెళ్ళు మిత్రమా!

30. కృశించిన నిర్వింధ్యను ఓదార్చు - ఆమెకు స్వస్థత కల్పించు :

"వేణీభూత ప్రతను సలిలా సా త్వతీతస్య సింధుః
పాండుచ్ఛాయా తటరుహ తరు భ్రంశిభిర్జీర్ణపర్ణైః ।
సౌభాగ్యం తే సుభగ విరహావస్థయా వ్యంజయంతీ
కార్శ్యం యేన త్యజతి విధినా స త్వయైవోప పాద్యః ॥ **(1-30)**

నాయనా! జలముచా! నీ ఎడబాటు సహించలేని నిర్వింధ్యాసతి కృంగి కృశించింది చూశావా! నా విరహంతో నా ధర్మపత్ని విశాలాక్షి ఎలా కృశించిందో! ఆమెను దర్శించి ఓదార్చటం నాకు సాధ్యం కాలేదు. నాకు బాధను కలిగిస్తున్న విషయమిది. నీకు అవకాశం ఉన్నది కనుక నిర్వింధ్య యొక్క కార్శ్యాన్ని (కృశత్వాన్ని) తొలగించి ఆమెకు స్వస్థ స్థితిని కలుగజేయటం నీకు శ్రేయస్కరం. ప్రియుల విరహాన్ని తట్టుకోలేరు ప్రియురాళ్లు. చూడు ఆ నిర్వింధ్య ఎలా చిక్కిపోయిందో! సమృద్ధిగా జల ప్రవాహంతో కళ కళలాడుతూ ఉండవలసిన ఆ సింధువు (నది) చిక్కిపోయిన ఏకవేణీ (ఒకే జడ) ధరిగా చిన్న ప్రవాహంతో వెల వెల బోతున్నది. గట్టు మీదనున్న చెట్లు పండుటాకులు పడడం వల్ల ఇంకా కళావిహీనంగా కనిపిస్తున్నది. నెమ్మదిగా దగ్గరకు వెళ్లు. నీ దర్శనంతో ఆమెకు వియోగబాధ తొలగిపోతుంది.

31. ఉజ్జయినీ నగర వైభవ విశేషం :

"ప్రాప్యావంతీన్ ఉదయన కథా కోవిద గ్రామవృద్ధాన్,
పూర్వోద్దిష్టాన్ అనుసర పురీం శ్రీ విశాలాం విశాలాం
స్వల్పీభూతే సుచరితఫలే స్వర్గిణాం గాం గతానాం,
శేషైః పుణ్యైః హృతమివ దివః కాంతిమత్ ఖండమేకం॥" **(1-30)**

తమ్ముడూ వలాహకా! నిర్వింధ్యా లలామ దగ్గర వీడ్కోలు పుచ్చుకొని కొంత ముందుకు వెళ్లు. అక్కడ అవంతీ నగర జనపదాలు (గ్రామాలు) కనిపిస్తాయి. అక్కడ వృద్ధులు ఆగంతకులకు ఉదయన మహారాజు కథలు చెపుతారు. ఒకప్పుడు జరిగిన

సంఘటనలే. ఉజ్జయినీ మహారాజు ప్రద్యోతుడు. అతని కూతురు వాసవదత్త. దేవకన్యలా ఉంటుంది. సంగీత సాహిత్యాలలో ప్రవీణురాలు. కోసల దేశ సమీపంలో కౌశాంబీ నగరాన్ని రాజధానిగా చేసుకొని వత్సరాజ్యాన్ని పరిపాలిస్తున్నాడు. ఉదయన మహారాజు అతనుసాహితీ సమరాంగణ సార్వభౌముడు. గొప్ప వైణికుడు. మన్మథుడిలా ఉంటాడు. ఒకసారి వసంతోత్సవంలో వాసవదత్త ఉదయనుడిని చూసింది. ఆ రాజు కూడా కళ్లార్పకుండా తనను చూడటం గమనించింది. ఒకరికొకరు అందచందాలలో తీసిపోరు. విధాత ప్రత్యేకంగా ఒకరి కోసం ఒకరుగా ఈ జంటను సృష్టించాడా! అనిపిస్తుంది ఎవరికైనా వాళ్లను చూస్తే. ఆ విషయం తెలియని ప్రద్యోతుడు తన కుమార్తెకు వీణావాదన నేర్పమని ఉదయనుడిని అడిగాడు. అంగీకరించిన వత్సరాజు ఉజ్జయినీ నగరానికి వచ్చి వాసవదత్తం సంగీతం పాఠాలు నేర్పటం ప్రారంభించాడు ఒకరినొకరు ఇష్టపడిన ఆ జంట ఒక నిర్ణయానికి వచ్చారు. ప్రద్యోతుడు ఒప్పుకుంటాడో లేడో! ఇద్దరూ కూడబలుక్కొని ఒక శుభముహూర్తంలో నగరాన్ని విడిచి వెళ్ళిపోయారు. కౌశాంబీ నగరం చేరారు. మంత్రి సామంతుల మధ్య వివాహం చేసుకొని దంపతులయ్యిరి. సంగీత పాఠం ప్రేమ పాఠంగా మారుతుందని ఊహించని ప్రద్యోతుడు ఉదయనుడి దగ్గరకు రాయబారిని పంపించాడు. “నాయనా! నా కుమార్తెను నీకిచ్చి వివాహం చేయాలనుకున్నాను. కాగల కార్యం గంధర్వులు నెరవేర్చారన్నట్లుగా మీరిద్దరూ దంపతులయ్యారు. మీరిద్దరూ ఉజ్జయినీ నగరానికి రండి. మాకు కూడా ‘ముద్దూ ముచ్చట’ తీరాలి కదా!’ రాయబారి చెప్పిన మాటలు విని నవ నధూవరులు విశాలా (ఉజ్జయినీ) నగరానికి వచ్చారు. మేళతాళాలతో ఆ అపురూపమైన జంటకు స్వాగతం చెప్పారు విశాలా నగరవాసులు. విన్నావా సోదరా! ఈ ప్రేమకథ ఎంత బాగా ఉన్నదో! సంపదకు నిలయమైన విశాలానగరాన్ని నేత్రపర్వంగా దర్శించు అమరావతి వైభవాన్ని తలపిస్తుంది. ఉజ్జయినీ వైభవం. సంపదలకు లోటు లేదు మరో స్వర్గమా అన్నట్లుంటుంది.

32. శిప్రా నదీ వైశిష్ట్యం :

“దీర్ఘీ కుర్వన్ పటు మదకలం కూజితం పాదపానాం,
ప్రత్యూషేష స్ఫుటిత కమలామోద మైత్రీ కషాయః ।
యత్రస్త్రీణాం హరతి సురతగ్లాని మంగానుకూలః
శిప్రావాతః ప్రియతమ ఇవ ప్రార్థనా చాటుకారః ॥” (1-32)

మేఘ సందేశం

సోదరా! విశాలా నగరం వీధులు కలహంసల కల కూజితాలతో సుప్రభాతం పలుకుతాయి. యువతీయువకులు జంటలుగా తిరుగుతూంటారు. ప్రేయసీప్రియులు చెట్ట పట్టాలేసుకొని విహరిస్తూంటారు. శిప్రానదీ తీరాల్లో, పద్మగంధ పరిమళభరితములైన చల్లని చిరుగాలులు జంటలకు శృంగార భావనలను కలిగిస్తాయి. పొదరిళ్ళలో సరససల్లాపాలతో మైమరచిపోతున్న ప్రేయసీప్రియులకు ప్రత్యూష ప్రభాసాలేవీ తెలియటం లేదు. ఈ వైభవం ఈనాటిది కాదు తరతరాలుగా యుగయుగాలుగా విశాలా నగర వైభవమిలాగే సాగుతున్నది. ఆ జంటలు పొదరిళ్లల్లోనే. కాలక్షేపం చేస్తున్నారు. ప్రణయ జీవులకు పరాకాష్ఠ ఆ పరిస్థితి. కబుర్లు చెప్పుకుంటుంటారు. పక్కన ఎవరున్నారో కూడా తెలియని స్థితి. ఆ మైమరుపుకు కారణం శిప్రానదీ సమీర మాలికలు. మృదు మధుర భాషణలతో నదీ తీర నికుంజాలలోని ప్రణయ జీవులను చూడు.

33. విశాలానగరంలోని సంపదల వైభవం :

"హారాంస్తారాన్ తరళగుటికాన్ కోటిశ శ్శంఖశుక్తీః
ఘాస శ్యామాన్మరకత మణీన్ ఉన్మయూఖ ప్రరోహాన్ ।
దృష్ట్వా యస్యాం విపణి రచితాన్ విద్రుమాణాం చ భంగాన్,
సంలక్ష్యంతే సలిలనిధయస్తోయ మాత్రావశేషాః ॥ (1-33)

వారిదా! విశాలా (ఉజ్జయినీ) నగర వీధులలో వివిధ రత్న విపణులున్నాయి. ఆ విపణి వీధులలో సూర్యభగవానుడి అనుగ్రహాన్ని కలిగించే మాణిక్యాలు (కెంపులు), చంద్రానుగ్రహం కలిగించే మౌక్తికాలు (ముత్యాలు), అంగారకగ్రహానుగ్రహాన్ని అందించే ప్రవాళాలు (పగడాలు), చంద్రసుతుడైన సౌమ్యుని (బుధుడి) కటాక్షాన్ని కలిగించే మరకతాలు (పచ్చలు), దేవగురువైన బృహస్పతి యొక్క శుభవీక్షణాన్ని అందించే పుష్యరాగాలు, భృగువంశీయుడైన శుక్రుడికి ప్రీతికరములైన వజ్రాలు, ఛాయామార్తాండ సంభూతుడై శనైశ్చరుడి శుభదృష్టిని అనుగ్రహించే నీలమణులు, ఛాయాగ్రహాలుగా పేరొందిన రాహుకేతువుల అనుగ్రహాన్ని సూచించే గోమేధికాలు వైఢూర్యాలు రాశులు పోసి ఉంచారు విక్రేతలు. మెరుగు పెట్టిన మణిపూసలు మధ్యలో మెరుస్తూండగా కెంపుల దండలు, ముత్యాలహారాలు, పగడాల మాలలు, పచ్చల దండలు, పుష్యరాగ మాలికలు, వజ్రాలహారాలు, నీలాలమాలలు, సందర్శకులను అలరిస్తున్నాయి. ఉజ్జయినీ నాగరికులు విపణి వీధుల్లో భార్యామణులతో కలసి తిరుగుతూ కావలసిన హారాలను ఉంగరాలను

నవరత్నాంగులీయకాలను విక్రేతల దగ్గర కొంటున్నారు. స్వాతీ నక్షత్రోదయవేళ నీవు అనుగ్రహించే తుషారబిందువులను స్వీకరించిన ముత్తెపుచిప్పలు మంచి ముత్యాలను సృష్టిస్తాయి కదా! వాటితో పాటు సాగరగర్భంలో లభించే దక్షిణావర్త శంఖాలు విభిన్న శంఖాలు కూడా కుప్పలు కుప్పలుగా దర్శనమిస్తున్నాయి. విశాలానగర విహారం చేస్తూ వస్తున్న ప్రేయసీప్రియులు కోరిన రత్నాలను హారాలను ఉంగరాలను విక్రయశాలల్లో స్వీకరిస్తూ తమ సంపదను వ్యక్తం చేస్తున్నారు. ఇక ఉజ్జయినికంతా గ్రహానుగ్రహమే.

34. విశాలానగర జనపదాలలో వినిపించే విశేషాలు :

"ప్రద్యోతస్య ప్రియదుహితరం వత్సరాజోఽత్ర జహ్రే
హైమం తాళద్రుమ వనమభూ దత్ర తస్యైవ రాజ్ఞః।
అత్రోద్భ్రాంతః కిల నళగిరి స్తంభముత్పాట్య దర్పాత్,
ఇత్యాగంతూన్ రమయతి జనో యత్ర బంధూనభిజ్ఞః॥ **(1-34)**

సోదరా ధారాధరా! శిప్రానదీ పవిత్ర జల ప్రాధాన్యం ఉండటం వల్ల విశిష్టమైన తీర్థప్రదేశంగాను, అంగారక, మహాకాళీ, మహాకాళేశ్వరులు వెలసి ఉండటం చేత విశిష్ట పుణ్యక్షేత్రంగానూ పరిఢవిల్లిన విశాలానగరం భౌతికములైన భోగభాగ్యాలతోను, ఆధ్యాత్మికములైన భక్తి జ్ఞాన వైరాగ్యభావాలతోను విరాజిల్లుతున్నది. చారిత్రక ప్రాధాన్యం కలిగి పర్యాటక ప్రదేశంగా కూడా దేశవిదేశయాత్రికులకు ఆకర్షణీయప్రాంతమైనది. అక్కడి పౌరులు అతిథులకు అభ్యాగతులకు స్వాగతం చెపుతూ ఆతిథ్యాన్ని కల్పిస్తారు. భోజనాలు పూర్తి చేసుకొని విశ్రాంతి తీసుకున్న తరువాత వయోవృద్ధులు వచ్చిన వాళ్లకు స్థల పురాణం వినిపిస్తారు. ఉజ్జయినీ రాజు ప్రద్యోతుడి కథను వివరిస్తారు. ఊరి చివర తాటితోపు అందరినీ ఆకర్షిస్తుంది. కారణం, వాసవదత్తను ఉదయన మహారాజు తనతోపాటు తీసుకు వెళ్లినదిక్కడే. అని నాటి కథలను వివరిస్తారు. అక్కడి పెద్దలు ప్రద్యోత మహారాజు యొక్క పట్టపుటేనుగు 'నళగిరి' మదంతో ఒక్కసారిగా గొలుసులు తెంచుకొని అందరినీ ముప్పుతిప్పలు పెట్టిన ప్రదేశమిదే. ప్రద్యోతుడు తీవ్రమైన తపస్సు చేసి భవానీ మాత నుండి అపరాజితా ఖడ్గాన్ని వరంగా పొందినదిక్కడే. ఐరావతంలాంటి నళగిరి అనే మత్తగజాన్ని ఆ రాజు అమ్మవారి అనుగ్రహంగా పొందినదిక్కడనే.. అందుచేతనే వాసవుడు (ఇంద్రుడు) మెచ్చుకొని సత్సంతానాన్ని అనుగ్రహించగా జన్మించిన కుమార్తె సార్థక నామధేయురాలుగా కనిపిస్తుంది. వాసవదత్త. అలాంటి విశిష్ట విశాలా నగరాన్ని దర్శించి ముందుకు సాగు.

35. ఉజ్జయినీ నగరంలో గజబలం, అశ్వబలం, పదాతిదళం - వర్ణన :

"పత్రశ్యామా దినకర హయస్పర్ధినో యత్ర వాహాః
శైలోదగ్రా స్త్వమివ కరిణో వృష్టిమంతః ప్రభేదాత్ ।
యోధాగ్రణ్యః ప్రతిదశముఖం, సంయుగే తస్థివాంసః
ప్రత్యాదిష్టా భరణ రుచయశ్చంద్రహాస వ్రణాంకైః ॥ (1-35)

మిత్రమా! పయోధరా! విశాలానగరం చతురంగబలాలతో విశిష్టమైనది. సూర్యభగవానుడి హరిత హయాలతో పోటీపడుతున్నాయా అన్నట్లు ఉజ్జయినీ నగరంలోని యవనాశ్వాలు వాయువేగంతో దూసుకుపోతూ ఉంటాయి. ఇక అక్కడి మత్త మాతంగాలు (ఏనుగులు) కదిలే కొండల్లా కనిపిస్తూంటాయి. అడుగకపోయినా జలధారలను నీవు వర్షించినట్లే దిగ్గజాల్లాంటి ఆ ఏనుగులు మదించి మదజలాన్ని (కరిగిన కొవ్వును) వర్షిస్తాయట. అక్కడి వీరులు సాహసయోధులు, త్రేతాయుగంలో రామరావణ సంగ్రామం జరిగిన విషయం తెలుసు కదా నీకు! సాక్షాత్తు శ్రీమన్నారాయణుడే శ్రీరామచంద్రుడుగా ఆవిర్భవించగా, ఆ విరాట్పురుషుడితో యుద్ధం చేసిన సాహసి దశకంఠుడు కైలాసాన్ని పెకలించటానికి ప్రయత్నించిన మహాబలవంతుడు. అలాంటి రావణాసురుడికి ఎదురు నిలచి యుద్ధం చేసిన మహాయోధులు విశాలానగర వీరులు. దశాననుడు విసిరిన పదునైన కత్తులు తగలటం చేత ఏర్పడిన గాయాలు ఉజ్జయినీ నగర వీరులకు అలంకారాలు అలాంటి సాహసికులైన సైనికులు విరాజిల్లిన విశాలానగరాన్ని కనుల పండువుగా చూడవయ్యా!

36. అవంతీనగర హర్మ్య వైభవం :

"జాలోద్గీర్ణై రుపచిత వపుః కేశ సంస్కార ధూపైః
బంధుప్రీత్యా భవన శిఖిభిర్దత్త నృత్యోపహారః ।
హర్మ్యేష్వస్యాః కుసుమ సురభిష్వధ్వఖేదం నయేథాః
పశ్యన్ లక్ష్మీం లలితవనితా పాదరాగాంకితేషు ॥" (1-36)

సోదరా పయోదా! అవంతీ నగర భవనాలు సువిశాలంగా సమున్నతంగా ఆకర్షణీయంగా ఉంటాయి. విశాలా నగరవీధులూ విశాలమే భవనాలూ విశాలమే. నాగరికుల హృదయాలు విశాలములే. భవనాలకు ఉత్తర దక్షిణ భాగాల్లో విశాల గవాక్షాలు (కిటికీలు) వాటిలో సుగంధ పరిమళాలు ఇంపుగా బయటకు వస్తున్నాయి. అవి నీకు

స్వాగతమిస్తున్నాయి. ఆ రమ్యములైన భవనాలను చూస్తుండగా భవన నిర్మాతల వాస్తు శాస్త్ర నైపుణ్యం స్పష్టమవుతుంది. నాయనా చూశావా! ఆ భవనాలు నిన్ను ఆహ్వానిస్తున్నాయి. భవనాల్లోని ఆ అవంతీ సుందరీమణులు శిరస్నానం చేసి సుదీర్ఘమైన కేశపాశాన్ని ఆరబెట్టుకుంటూ పెద్ద పెద్ద కిటికీల దగ్గర కూర్చుని 'ధూప మాఘ్రాపయామి' అన్నట్లుగా సాంబ్రాణి ధూపాలు పట్టిస్తున్నారు. ఆ పరిమళాలు అక్కడివే. భవనాలు ప్రాంగణాల్లో విహరిస్తున్న మయూరాలు నిన్ను చూడగానే మహదానందం పింఛాలు విప్పి నాట్యం చేస్తున్నాయి చూడు! అవంతికా కాంతలం నెమళ్ల నాట్యాలు చూసి ఆనందిస్తున్నాయి. సౌభాగ్యవతులైన పుణ్యస్త్రీలు పాదాలకు లాక్షారసాన్ని (లత్తుక రసాన్ని) అలంకరించు కున్నారు. మరికొందరు శుభసూచకంగా పారాణి పెట్టుకున్నారు. వాళ్లందరూ హంస నడకలతో లోగిళ్ళలో విహరిస్తూంటే, వారి పాదాల గుర్తులు ఎర్రటి ముద్రలతో అందంగా నేల మీద కనిపిస్తూ కనువిందు చేస్తాయి. రమణీయములైన ఉజ్జయినీ నగర ప్రాసాద (భవన) వైభవాన్ని దర్శిస్తే మార్గాయాసాన్ని విస్మరిస్తావు మిత్రమా!

37. ఉజ్జయినీ నగరంలోని శ్రీ మహాకాళేశ్వర దేవాలయ వర్ణన :

"భర్తుః కంఠచ్ఛవిరితి గణై స్సాదరం వీక్ష్యమాణః
పుణ్యం యాయా స్త్రిభువన గురోర్ధామ చండీశ్వరస్య ।
ధూతోద్యానం కువలయ రజోగంధిభిర్గంధవత్యాః
తోయక్రీడా నిరతయువతి స్నానతిక్తైర్మరుద్భిః ॥ (1-37)

మిత్రమా పర్జన్యా! ఉజ్జయినీ నగరంలో స్వయంభువు శ్రీ మహాకాళేశ్వరుడు ద్వాదశ జ్యోతిర్లింగేశ్వరులలో ప్రసిద్ధుడనే విషయం తెలుసు కదా! గరళకంఠుడైన ఆ స్వామిని సేవిస్తూ ప్రమథ గణాలక్కడే ఉంటాయి. స్వామి నీలకంఠుడు నీవు కూడా నీలవర్ణుడివే నీలవర్ణం నీలోనూ ఉండటం చేత ప్రమథగణాలు సాదరంగా నిన్ను ఆహ్వానిస్తారు. గలగలా పారే గంధవతీ నది శిప్రానదిలో చేరేది ఇక్కడే. తనలోని పద్మాల యొక్క సుగంధాన్ని వ్యాపింపజేస్తుంది కనుక గంధవతీ సార్థకమైనది. ఆ నదీ తీరాల్లో అటూ ఇటూ నంది వర్ధనాది పుష్పవృక్షాలుండటం వల్ల ఆ పుష్పాలన్నీ స్వామివారి కైంకర్యానికి వినియోగించబడి జన్మసార్థకత పొందుతున్నాయి. అవంతీ సుందరీమణులు సుగంధ ద్రవ్యాలు ఒళ్లంతా పూసుకొని ఆ నదీజలాల్లో పవిత్ర స్నానాలు చేస్తారు. పరిమళ ద్రవ్యాల తిక్తత్వం (వగరు తనం) నీళ్లల్లో కలిసి సుగంధవంతములవుతాయి. కనుక ఆ విధంగా కూడా గంధవతి

సార్ధకనామధేయ. ముల్లోకాల్లో ప్రసిద్ధములైన త్రిలింగాలు తెలుసు కదా! దివిలో తారక లింగం, భువిలో మహాకాళలింగం, పాతాళంలో హాటక (స్వర్ణ) లింగం. ఈ మూడు క్షేత్రాలు ముక్తిప్రదాలు. అందుచేత నీవు మరిచిపోకుండా శ్రీ మహాకాళేశ్వరస్వామి వారిని దర్శించు.

38. మంద్రస్వరంతో గర్జిస్తూ(ఉరుముతూ) స్వామివారిని సేవించటం శుభప్రదం:

"అప్యన్యస్మిన్ జలధర! మహాకాళమాసాద్యకాలే,
స్థాతవ్యం తే నయన విషయం. యావదత్యేతి భానుః
కుర్వన్ సంధ్యాబలిపటహతాం శూలిన శ్లాఘనీయాం,
ఆ మంద్రాణాం ఫలమలికలం లప్స్యతే గర్జితానాం॥" (1-38)

సోదరా! జలధరా! ప్రదోష (సాయంసంధ్యా) సమయంలో శ్రీ మహాకాళుడు తాండవం ప్రారంభిస్తాడు.

"నృత్తావసానే నటరాజ రాజః ననాధ ఢక్కాం నవపంచవారం।
ఉద్ధర్తు కామస్సనకాది సిద్ధాన్, ఏత ద్విమర్శే శివసూత్రజాలం ॥

కాశికావృత్తి గ్రంథంలోని ప్రామాణిక శ్లోకమది 'ప్రదోషసమయంలో స్వామివారి నాట్యం సాగుతున్నది. చివరి ఘట్టంలో డమరుకాన్ని మోగించాడు. పద్నాలుగు మార్లు వినిపించిన ఆ నాదాలే సంస్కృత భాషానాదాలు. 1. అఇఉణ్ 2. ఋ ఌ క్, 3. ఏ ఓ ఙ్ 4. ఐ ఔ చ్ అనే అచ్చులు ఏర్పడ్డాయి. 5. హయవరట్, 6. లణ్, 7. ఞమఙణనమ్, 8. ఝభఞ్, 9. ఘఢధష్, 10. జబగడదశ్, 11. ఖఫఛఠథ చటతవ్, 12. కపయ్ 13. శషసర్, 14. హల్' - అయిదవ సూత్రం నుంచి పద్నాల్గవ సూత్రం వరకు 10 సూత్రాలున్నాయి. వీటిలో హ మొదలు చివరి సూత్రంలోని లకారం వరకు హల్లులు ఏర్పడ్డాయి. అలాంటి సమయంలో స్వామి వారి నాట్యానికి మృదంగధ్వనులను వినిపించునట్లుగా ఉరుములతో వెళ్లు. ఒకవేళ ముందుగానే అక్కడికి వెళితే, స్వామివారి తాండవ సమయం వరకు ఆగి మంద్రస్వరంతో ధ్వని చెయ్యి. ఆ విధంగా స్వామివారి అనుగ్రహం పొందు. జీవిత సాఫల్యం పొందవయ్యా!

39. శ్రీ మహాకాళేశ్వర మందిరంలో నర్తకీమణుల నాట్యం:

"పాదన్యాస క్వణిత రశనా స్తత్ర లీలావధూతైః
రత్నచ్ఛాయా ఖచిత వలిభి శ్చామరైః క్లాంత హస్తాః।

వేశ్యాస్త్వత్తో నఖపదసుఖాన్ ప్రాప్య వర్షాగ్రబిందూన్,
ఆమోక్ష్యంతే త్వయి మధుకర శ్రేణి దీర్ఘాన్ కటాక్షాన్ ॥" (1-39)

సోదరా! అంబుధరా! విశాలానగరవేశ్యలు రూపాజీవికలు. పుత్తడి బొమ్మల్లా ఉంటారు. సంగీత నాట్యాల్లో నిష్ణాతులు. స్వామివారికి జరిగే దర్బారు సేవలో వాళ్లు భక్తిభావ తన్మయత్వంతో మధురంగా పాటలు పాడుతూ నాట్యం చేస్తూంటారు. రత్నాలతో ప్రకాశించే ఒడ్డాణాలు ధరిస్తారు. రత్నాల హారాలతో మెరపుతీగల్లా మెరుస్తారు. బంగారు కంకణాలు ధరించి ధగధగలాడతారు. పాదాలకు వెండి అందెలు మిలా మిలా మెరుస్తాయి. తళుకు బెళుకులతో అప్సరసలను మించిన అందాలతో శ్రీమహాకాళేశ్వరస్వామివారికి నృత్య సేవా కైంకర్యం సమర్పిస్తుంటారు. వింజామరలతో స్వామివారిని సేవిస్తారు. శాస్త్రోక్తంగా లయబద్ధంగా చేసే నాట్యాలు ఒక్కసారి చూసినా చాలు నేత్రోత్సవం కలుగుతుంది. జన్మధన్యమవుతుంది. కంకణాల కింకిణులు నూపురాల గలగలలు, శ్రుతి సుభగములైన పాటలకనుగుణంగా స్వామివారిని భక్తులను కూడా అలరిస్తాయి. ప్రదోష సమయంలో కొన్ని గంటల సేపు నృత్యం చేసి అలసి పోతారు. ఆ సమయంలో అక్కడికి వెళ్లి చల్లటి తుషారబిందువుల్లోంచి తొలకరి జల్లును వాళ్లపై వర్షించు మిత్రమా! నీవు చేసిన అభిషేకానికి ఆ నర్తకీమణులు కటాక్షవీక్షణలతో నిన్నభినందిస్తారు. ధన్యుడినవుతావయ్యా! భక్తిభావయుత నృత్యసందర్శనం, స్వామివారి దర్శనభాగ్యం లభిస్తాయి నీకు.

40. శ్రీ మహాకాళేశ్వరుని తాండవంతో భయపడిన భవానీమాతకు ఊరట కల్పించుట :

"పశ్చాదుచ్చై ర్భుజ తరువనం మండలే నాభిలీనః
సాంధ్యం తేజః ప్రతినవ జపాపుష్పరక్తం దధానః ।
నృత్యారంభే హరపశుపతేః ఆర్ద్ర నాగాజినేచ్ఛాం,
శాంతో ద్వేగ స్తిమిత నయనం దృష్టభక్తిర్భవాన్యా ॥" (1-40)

మిత్రమా పర్జన్యా! సాయంసంధ్యా సమయంలో రుద్రుడు చేసే తాండవం భయానకంగా ఉంటుంది. అందులోను ఆయన రక్తసిక్తమైన గజచర్మాన్ని ధరించాడు. ఆ దృశ్యాన్ని చూసిన వాళ్లందరూ భయపడుతున్నారు. ఆ రౌద్రమూర్తిని చూసి భవానీమాత కలవరం పొందింది. నీకిది గొప్ప అవకాశం, ఆ సమయంలో నీవు చేయవలసిందేమిటో తెలుసా! సాయంకాలం సూర్యభగవానుడి అరుణకిరణాలతో సంజకెంజాయతో ఆహ్లాద

కరమైన వర్ణంతో స్వామివారి దశభుజాలనావరించి అమ్మవారి దృష్టిని మళ్లించు. భవానీమాతకు ఊరట కలుగుతుంది. స్వామి ఎందుకు గజచర్మాన్ని ధరిస్తారో తెలుసునా! ఒకప్పుడు గజాసురుడు వర బల గర్వితుడై ముల్లోకాలను భయపెట్టేవాడు బాధించేవాడు. దేవతలు మునులు వారణాశిలో దాక్కున్నారు. పరమేశ్వరుని ప్రార్థించారు. భక్తజన సంరక్షకుడైన పరమశివుడు రౌద్రాకారంతో రాక్షససంహారం చేసి రక్తసిక్తమైన గజచర్మాన్ని ధరించి భయంకరంగా తాండవించాడట. ఇప్పటికీ తాండవ సమయంలో ఆయన రూపమలా మారిపోతుంది. అమ్మవారు ఆ భీభత్స రూపాన్ని చూసి కలవరం పొందింది. కనుక నీవు పరమేశ్వరుని భుజస్కంధాలను నీలారుణమూర్తి విచిత్రకాంతితో ఆవరిస్తే స్వామి రౌద్రం ఉపశమిస్తుంది. ఆ దృశ్యాన్ని చూడగానే అమ్మవారికీ ఊరట కలుగుతుంది. అపార కరుణామూర్తియైన హైమవతి దేవి తన చల్లని చూపులతో నిన్ననుగ్రహిస్తుంది సోదరా! 'ఓం నమశ్శివాయై చ నమశ్శివాయ', అంటూ అమ్మవారిని అయ్యవారిని స్తుతించు, ధన్యుడివవుతావయ్యా!

41. అర్ధరాత్రి ప్రియుల మందిరాలకు వెళ్లే ప్రేయసీమణులకు మెరుపులతో వెలుగు చూపించు :

"గచ్ఛంతీనాం రమణవసతిం యోషితాం తత్రనక్తం,
రుద్ధాలోకే నరపతి పథే సూచిభేద్యై స్తమోభిః ।
సౌదామిన్యా కనక నికషస్నిగ్ధయా దర్శయోర్వీం,
తోయోత్సర్గ స్తవిత ముఖరో మాస్మ భూర్విక్లభాస్తాః ॥" **(1-41)**

సోదరా వారిధరా! విశాలా నగరంలో విశాలములైన రాజవీధుల్లో తమ ప్రియుల నివాసాలకు వెళుతుంటారు అభిసారికలు అది అర్ధరాత్రి సమయం, కటిక చీకటి, ప్రేయసీ ప్రియుల విరహం, సమాగమకాంక్ష నీకు తెలియనిదా! కనుక గీటురాయి మీద బంగారు గీతల్లాంటి వెలుగులను విరజిమ్ముతూ సౌదామినితో ప్రేయసీ మణులకు మార్గదర్శనం చెయ్యవయ్యా! ఉజ్జయినీ సౌదామినులకు ఆకాశంలో తళుక్కున మెరిసే సౌదామినులు (మెరపుతీగలు) సహకరించాలి కదా!

42. ఆ రాత్రికి అక్కడే విశ్రాంతి తీసుకొని మరుసటి ఉదయం బయలుదేరితే బాగుంటుంది :

"తాం కస్యాంచిద్ భవనవలభౌ సుప్తపారావతాయాం,
నీత్వా రాత్రిం చిరవిలసనాత్ భిన్న విద్యుత్ కళత్రః ।

మేఘ సందేశం

సూర్యే దృష్టే పునరపి భవాన్ వాహయే దధ్వశేషం,
మందాయంతే నఖలు సుహృదా మభ్యుపేతార్థ కృత్యాః ॥ (1-42)

ఓ ఒలదా! బ్రాహ్మీ ముహూర్తం కాబోతోంది. అర్ధరాత్రి వరకూ విశాలా నగరవీధుల్లో అభిసారికలకు దారి చూపుతూ నీ ప్రేయసి (విద్యుల్లత) అవిశ్రాంతంగా వాళ్లకు మార్గదర్శనం చేసింది. ఆ సౌదామినికి సహకరిస్తూ నీకూ అలసట కలిగింది. కనుక నా మనవిని విను. రాత్రికి ఉన్నతములైన భవనశిఖరాలపై విశ్రాంతి తీసుకో. సుప్తపారాపతాలు (నిద్రించిన పావురములు కలవి) ఆ భవన శిఖరాలు. నిరాటంకంగా నిశ్చింతగా నిద్రించు. అరుణోదయం కాగానే ఉదయభానుడి ఉదయ కిరణాలను దర్శించి సూర్యభగవానుడికి నమస్కరించి ప్రస్థానం సాగించు. నాకు తెలుసు. మిత్రకార్యమాలస్యమవుతుందని బాధపడుతున్నావు. ఏం పరవాలేదు. మంచిమిత్రులు ఏదో ఒక మార్గంలో ఉపకారం చేస్తూనే ఉంటారు కనుక సుప్రభాతానంతరం వేగాన్ని పెంచుకుంటూ ప్రయాణం కొనసాగించవచ్చును.

43. సూర్యభగవానుడి కిరణ ప్రసారమార్గానికి ఆటంకం కలిగించకూడదు :

"తస్మిన్ కాలే నయన సలిలం యోషితాం ఖండితానాం,
శాంతిం నేయం ప్రణయిభిరతో వర్త్మ భానో స్త్యజాశు ।
ప్రాలేయాస్త్రం కమలవదనాత్ సోఽపి హర్తుం నలిన్యాః
ప్రత్యావృత్త స్త్వయి కరరుధి స్యాదనల్పాభ్యసూయః ॥ (1-43)

సోదరా పర్జన్యా! ప్రయాణంలో ప్రమాదహేతువొకటున్నది. గుర్తు పెట్టుకో, రాత్రంతా ఎక్కడో తిరిగి ఏకాంతతో ఏకాంతంలో ఉన్నాడో, తెల్లియక ప్రభాత సమయంలో తన దగ్గరకు చేరిన ప్రియపతిని చూడగానే ప్రియసతికి కోపం కలిగింది. నిలదీసింది. కన్నీళ్లు పెట్టుకుంది. పతి సతిని పొగడుతూ ఓదార్చాడు. కన్నీళ్లు తుడిచాడు నవ్వించాడు. అలాంటి ప్రేయసీ ప్రియుల మధ్యకు మరో వ్యక్తి రావచ్చా! పద్మబాంధవుడు (సూర్యుడు) అలాగే రాత్రంతా కనపడలేదు. ఉదయానికి పద్మిని దగ్గరకు వచ్చాడు. ప్రియసతి పద్మిని రాత్రంతా ఎడబాటు కలిగినందుకు కోపించింది. పద్మలతనయనాలు సజలములయ్యాయి. కళ్లనిండా నీటిచుక్కలు తుషారబిందువులు నళినీబాంధవుడు అనునయించాడు ఎక్కడికీ వెళ్లలేదు. ఏ పద్మలత దగ్గరకూ వెళ్లలేదు. నిన్ను విడిచి నేనెక్కడికీ వెళ్లను కదా! పద్మదళాక్షివి. నీపై ప్రేమతోనే కదా చీకట్లు తొలగగానే వచ్చాను. ముకుళితం (మొగ్గ)గా ఉన్న నిన్ను

వికసింపజేయటానికే వచ్చాను. నావైపు చూడు అంటూ పద్మినీపతి ప్రియసతి కోపాన్ని పోగొట్టాడు. సూర్యకరములంటే సూర్యుడి చేతులూ కిరణాలు అని కూడా అర్థం. సూర్యుడు తన చేతులతో పద్మిని కన్నీళ్లు తుడిచాడు. సూర్యకిరణాలు సోకగానే పద్మములపై మంచు బిందువులు తొలగిపోతాయి. ముకుళించిన పద్మిని (పద్మం) వికసిస్తుంది. దుఃఖంతో కోపంతో మూతి ముడుచుకున్న సతి పతి కరస్పర్శకు వికాసం (నవ్వు) పొందుతుంది. అందుచేత మిత్రమా! సూర్యకిరణప్రసారానికి అడ్డు రాకుండా ముందుకు సాగు. లేకపోతే పద్మిని వికసించదు. పద్మబాంధవుడికి నీ మీద కోపం వస్తుంది. జాగ్రత్తగా ప్రయాణాన్ని కొనసాగిస్తే సూర్యానుగ్రహం లభిస్తుంది.

44. గంభిరానదీ ప్రవేశ వర్ణన :

"గంభీరాయాః పయసి సరితశ్చేత సీవ ప్రసన్నే ।
ఛాయాత్మాపి ప్రకృతి సుభగా లప్స్యతే తే ప్రవేశం ।
తస్యాదస్యాః కుముదవిశదా న్యర్హసిత్వం నధైర్యాన్
మోఘీకర్తుం చటుల ఫరోద్వర్తన ప్రేక్షితాని ॥" (1-44)

మిత్రమా వారిధరా! మాళవరాజ్యంలో ప్రవహించే ఉపనదులలో గంధవతీ వంటి మరో నది గంభీరా, కెరటాల చప్పుళ్లు లేకుండా గంభీరమైన ప్రవాహంతో సార్థకత పొందింది. ఆ గంభీరా నది గగనగమనంలో నీ ఛాయ తన ప్రవాహంలో ప్రవేశించగానే ఆనందంతో పులకించింది గంభీర. శ్రీ మహాకాళేశ్వర స్వామివారి సమీపంలో ప్రవహిస్తూ తన జలాలతో స్వామిని అభిషేకించే పవిత్రనది కనుకనే పరోపకారపరాయణుడివైన నిన్ను చూడగానే గంభీర నిన్ను కలుసుకోవాలనే కోరికతో ఉన్నది. నీ నీడ తనలో ప్రవేశించగానే తనలోని తెల్ల కలువల నవ్వులతో నిన్నాహ్వానిస్తున్నది. నిన్ను ముట్టుకోవాలనే తపనతో తన గాంభీర్యాన్ని కూడా విడిచి తన కెరటాలను ఉప్పొంగింపజేస్తున్నది. గమనించు. మీనాలనే నేత్రాలతో చంచల దృక్కులతో నిన్ను తేరిపార జూస్తున్న గంభీరా నదీమతల్లిని ఉపేక్షించకు. మిలమిలా మెరుస్తూ తిరుగుతున్న చేపలు చంచలములైన గంభీర యొక్క చూపుల్లాగా కనిపిస్తాయి చూడు మిత్రమా! శఫరమనే రజతవర్ణం (వెండిరంగులో) ఉండే అందమైన చేప. అలాంటి చేపలు ఆ నదిలోనే కనిపిస్తాయి. వాటి వల్ల గంభీరానది మీనాక్షిగా (చేపల వంటి కళ్లు కలిగినదిగా) కనిపిస్తుంది, సోదరా! ఆ నదిని పలకరించు.

45. అందమైన నాయిక గంభీర :

"తస్యాః కించిత్ కరధృతమివ ప్రాప్త వాన్నీరశాఖాం,
హృత్వా నీలం సలిలవసనం ముక్తకోధో నితంబం ।
ప్రస్థానం తే కధమపి నఖే లంబమానస్య, భావి
జ్ఞాతాస్వాదో వివృత జఘనాం కో విహాతుం సమర్థః" (1-45)

నాయనా! జలముచా! గంభీర అందాల నాయిక. మనోభావాన్ని ఏ మాత్రం వ్యక్తం చేయకుండా ప్రశాంతంగా కనిపిస్తుంది కనుకనే గంభీర అంటారామెను. నాయకుడు శృంగార చేష్టలలో భాగంగా నాయిక వస్త్రాన్ని తొలగిస్తాడు. ఆమె సిగ్గుతో ఆ వస్త్రాన్ని చేత్తో పట్టుకొని గాంభీర్యాన్ని విడిచి పెట్టదు. వస్త్రం తొలగిన రూపాన్ని చూసి కాముకుడైన నాయకుడు ఆమె యొక్క మౌనాన్ని అర్థాంగీకారంగా భావించి మళ్ళీ వస్త్రాపహారణం ప్రారంభించాడు. ఆమె యొక్క కటి ప్రదేశం, నితంబ ప్రదేశం చూశాడు నాయకుడు. అలా ఉన్నది ఆ నదీ దృశ్యం. నీలంగా ఉన్న నదీజలం ఆమె యొక్క వస్త్రం, ప్రవాహం తీర ప్రదేశం నుంచి వెనుకకు వెళ్లింది. ప్రవాహం తగ్గగానే ఇసుకతిప్పలు బయటపడ్డాయి. ఆ నదిలో వ్యాపించిన వేతసవల్లి (నీటి ప్రబ్బలితీగ) ప్రవాహం ప్రక్కనే ఉండటం వల్ల చేత్తో చీరను పట్టుకున్నట్లుంటుంది. విప్రలంభ శృంగారనాయిక గంభీర. అలాంటి నదీనాయికా భంగిమను చూస్తూ ముందుకు వెళ్లగలవా!

46. దేవగిరి అని ప్రసిద్ధి పొందిన దేవగఢ్ ప్రాంతానికి ప్రయాణం :

"త్వన్నిష్యందో చ్ఛ్వసిత వసుధాగంధసంపర్కరమ్యః,
స్రోతోరంధ్ర ధ్వనితసుభగం దంతిభిః పీయమానః ।
నీచైర్వాస్యత్యుపజిగమిషోర్దేవ పూర్వం గిరింతే,
శీతో దాతః పరిణమయితా కాననో దుంబరాణాం ॥ (1-46)

మిత్రమా నీరదా! దేవతలు నిర్మించారా అన్నట్లుంటుంది. అందంగా ప్రకృతి సౌందర్యంతో దేవగఢ ప్రాంతం. వనోపవనాలతో హరిత విప్లవం దర్శనమిస్తుంది. సస్యశ్యామలత్వమంటే ఇదే అని నిర్ధారించే సకల సుందర ప్రాంతమిది. ఒక ప్రక్క ఉదుంబర వనాలు (మేడిచెట్ల తోటలు) మరో ప్రక్క పలాశ (మోదుగ) వనాలు, కదళి వనాలు, నారికేళ వనాలు అక్కడ ఉన్నన్ని పండ్ల చెట్లు మరోచోట ఉండవనటం అతిశయోక్తి కాదు. గంభీరా నదిని దాటిన తరువాత నీకు కనిపించేది సుందర దేవగిరి. నీవక్కడ

కొంచెం వర్షించినా చాలు దేవగిరి భూమి నేల జలదరిస్తుంది. నిన్ను అభినందిస్తుంది. వర్షించి తనపై అనురాగం చూపినందుకు ధన్యవాదాలు తెలియజేస్తుంది. 'గంధవతీ పృథివీ' అంటారు కదా! ఆ పదసార్ధక్యం కనిపించేది దేవగిరి భూములలోనే. తొలకరి చినుకులు చిటపటలాడుతూ పడగానే నేల పులకిస్తుంది. మట్టివాసన గుప్పు మంటూ ఆకర్షిస్తుంది. మధురమైన ఆ గుబాళింపు మత్త గజాలనాకర్షిస్తుంది. అవి గుంపులు గుంపులుగా వచ్చి మృద్వాసనను సుదీర్ఘంగా ఆఘ్రాణించి ఆనందిస్తాయి. ఆ చల్లటి గాలి నిన్ను ఆకర్షిస్తుంది. నీ దేవగిరి యాత్ర ఆనందంగా సాగుతుంది.

47. దేవగిరిపై వెలసిన కార్తికేయస్వామి వైశిష్ట్యం :

"తత్రస్కందం నియత వసతిం పుష్పమేఘీకృతాత్మా,
పుష్పాసారైః స్నపయతు భవాన్ వ్యోమగలంగా జలార్ద్రైః ।
రక్షాహేతో ర్నవ శశిభృతా వాసవీనాం చమూనాం,
అత్యాదిత్యం హుతవహముఖే సంభృతం తద్ధితేజః ॥ (1-47)

పయోదా! శివపుత్రుడు స్కందుడు వెలసిన పుణ్యభూమి దేవగిరి. తారకాసురుడు ముల్లోకాలను బాధించాడు. దేవరాజును జయించాడు. దేవతలందరూ బ్రహ్మను ప్రార్థించారు బ్రహ్మదేవుడు. దేవతలను వెంటబెట్టుకొని శ్రీహరితో తమ బాధను చెప్పాడు. పార్వతీ పరమేశ్వరులకు జన్మించే కుమారుడు తారకాసుర సంహారం చేస్తాడని నారాయణుడు చెప్పగానే సప్తర్షుల సహాయంతో పార్వతీపరమేశ్వరుల వివాహం ఓషధీ ప్రస్థం (హిమ వంతుడి రాజధాని)లో జరిపించారు. శివతేజస్సును పార్వతీదేవి భరించలేక అగ్నిహోత్రుడిని రక్షించమన్నది. అగ్నిహోత్రుడు ఆ తేజస్సును భరించలేక గంగాదేవికి సమర్పించాడు. ఆమె కూడా తేజోభారాన్ని సహించలేక పృథ్వికిచ్చింది. హిమగిరి ప్రక్కన శరవనం (రెల్ల గడ్డి సముదాయం)లో పృథ్వి విడిచింది. అక్కడ ఆ తేజస్సు దివ్యమైన శిశువుగా మారింది. కృత్తికాది దేవతలారుగురు ఆరు ముఖాలు కలిగిన ఆ శిశువుకు పాలిచ్చి సంరక్షించారు. శివతేజస్సు జారిపడటం (స్కంద అంటే జారులు) చేత స్కందుడయ్యాడు. శరవనంలో ఉద్భవించటం వల్ల శరవణభవుడయ్యాడు. కృత్తికాది దేవతల చేత పెంచబడినవాడవటం చేత కార్తికేయుడయ్యాడు. ఆరు తలలు ఉండటం చేత షణ్ముఖుడయ్యాడు. విశ్వకర్మ నిర్మించిన శక్తి అనే ఆయుధాన్ని ధరించటం చేత శక్తి ధరుడయ్యాడు. పార్వతీదేవి కుమారుడు కనుక పార్వతీపుత్రుడు శివుడు పుత్రుడవటం చేత శివకుమారుడు పార్వతీదేవి, గంగాదేవి, అగ్నిహోత్రుడు, కృత్తికాదేవతలు, శరవణం, పృథి, ఈ ఆరుగురు తల్లులు కలవాడు కనుక

షాణ్మాతురుడుగా ప్రసిద్ధికెక్కిన కుమారస్వామి దేవతల కోరికపై పరమేశ్వరానుగ్రహంతో దేవసేనానిగా తారకాసుర సంహారం చేసిన మహానుభావుడు. ఆ స్వామివారిని అమృత వర్షంతో అభిషేకించు. ఆకాశ గంగాజలంతో పవిత్రములైన సహస్రదళ పద్మాలతో కార్తికేయ స్వామి వారిని అర్చించు. అత్యాదిత్య తేజస్కుడు (సూర్యుని మించిన తేజస్సు కలవాడు) కనుక ఆ స్వామివారి అనుగ్రహం పొందు మిత్రమా!

48. భవానీమాతయొక్క వాత్సల్య భావన :

"జ్యోతిర్లేఖా వలయి గళితం యస్య బర్హం భవానీ,
పుత్రప్రేమ్ణా కువలయదళప్రాప్తి కర్ణే కరోతి ।
ధౌతా పాంగం హరశశిరుచా పావక స్తంమయూరం,
పశ్చాదద్రి గ్రహణ గురుభి ర్గర్జితైర్నర్త యేథాః ॥" **(1-48)**

సోదరా అంబుధరా! కొడుకుపై ప్రేమలేని తల్లి ఉంటుందా! హైమవతీదేవికి శివపుత్రుడంటే ఎంతో ఇష్టం. తారకాసుర భంజనుడవటం చేత ముల్లోకాలూ ఆరాధిస్తాయి. కనుక ఎంతో మురిపెంగా చూస్తుంది. కుమారస్వామిని... అందులోనూ మయూర వాతానుడు కదా! అందుకే ఆ తల్లి మయూరపింఛాన్ని కర్ణాభరణంగా చేసుకున్నది; కంఠాంభరణంలో కూడా విచిత్ర వర్ణాలు కలిగిన పింఛాన్ని ధరించింది. కలువలను అలంకరించుకోవటానికి బదులు నెమలి కన్నులను స్వీకరించిందంటే మయూరవాహనుడికి ఎంత ప్రాధాన్యమున్నదో తెలుస్తుంది. మిత్రమా! షణ్ముఖస్వామిపై పుష్పాభిషేకం చేసిన తరువాత మయూరాల చేత నాట్యం చేయించు. నీలవర్ణుడివైన నిన్ను చూడగానే మయూరాలు ఉత్సాహంతో ఉప్పొంగిపోతాయి. కార్తికేయస్వామి వారి అర్చనలో భాగంగా నాట్యం చేయమని అడిగావనుకో. ఇక మయూరాల ఆనందానికి అవధి ఉండదు. ఆ విధంగా స్వామివారికి ఆనందం కలిగించిన వాడివవుతావు, అద్భుతమైన మయూరనృత్యం దర్శించిన వాడివవుతావు. మయూరవాహనుడికీ సంతోషం కలుగుతుంది. నీకూ సంతోషం కలుగుతుంది. నీ ఉరుములు మయూరాల నాట్యానికి మృదంగధ్వనుల్లా వినిపిస్తాయి. కార్తికేయస్వామికి ఆనందం కలిగిస్తాయి.

49. వింధ్య పర్వతము నుండి ఉద్భవించిన చర్మణ్వతీ నది యొక్క విశిష్టత :

"ఆరాధ్యైనం శరవణభవం దేవముల్లంఘితాధ్వా
సిద్ధ ద్వంద్వై ర్జల జలభయా ద్వీణిభి ర్ముక్త మార్గః ।

వ్యాలంబేథా స్సురభి తనయాలంబజాం మానయిష్యన్
స్రోతో మూర్త్యా భువి పరిణతాం రంతిదేవస్య కీర్తిం ॥ (1-49)

మిత్రమా పయోదా! కార్తికేయ స్వామివారిని దర్శించు, ఆరాధించు అనంతరం స్వామివారికి సేవాకైంకర్యం చేయటానికి సిద్ధ దంపతులు వస్తారు గమనించు. భార్యాభర్తలు జంటలు జంటలుగా వీణాధారులై అక్కడికి వస్తారు. వీణావాదనం చేస్తూ లయబద్ధంగా స్వామివారిని గానామృతాభిషేకంతో సంతోషింపజేస్తారు. వీణావాదనాయుత నామసంకీర్తనా మృతాన్ని విను. అక్కడ మాత్రం వర్షించకు. అవనతుడవై వినయంతో భక్తిపూర్వకంగా వంగివెళ్లు. నీటిబిందువులు పడితే వీణలు పలుకవు. దేవసేనాని శరవణభవ స్వామివారికి నమస్కరించి ముందుకు సాగిపో. కొంతదూరం వెళ్లిన తరువాత చర్మణ్వతీ నది దర్శన మిస్తుంది. భరతవంశస్థుడైన రంతిదేవుడు గొప్పదాత. దశపురానికి అధిపతి. గవాలంభ యజ్ఞాలెన్నో చేసిన రంతిదేవుని కీర్తిప్రతిష్ఠలే ప్రవాహమై గోవుల చర్మరాశిపై ప్రవహించి చర్మణ్వతీ రూపమైనది. వృషభాల సహాయంతో నేలను దున్ని వ్యవసాయం చేసి సమృద్ధిగా పంటలు పండించటమే గవాలంభ యజ్ఞమని కూడా అంటారు. గోమేధ యాగమని కూడా ప్రసిద్ధి అలాంటి చర్మణ్వతీ నదిని ఆరాధించు శుభం కలుగుతుంది.

50. చర్మణ్వతీనదీతీర్థాన్ని స్వీకరించే మేఘుడి స్వరూపస్థితి :

"త్వయ్యాదాతుం జలమపనతే శార్ఙ్గిణోవర్ణచౌరే
తస్యాస్సింధోః పృథుమపి తమం దూరభావాత్ ప్రవాహం ।
ప్రేక్షిష్యంతే గగనగతయో రూపమావర్జ్య దృష్టీః
ఏకం ముక్తా గుణమివభువః స్థూలమధ్యేంద్రనీలం ॥" (1-50)

సోదరా వారిధరా! చర్మణ్వతీ నదీ ప్రవాహం వివిధ భంగిమలలో వక్రంగా సరళంగా కనిపిస్తుంది. పవిత్రములైన ఆ నదీజలాలను స్వీకరించాలని నీవు ప్రవాహం వైపు క్రిందికి దిగి రావటం ఒక అద్భుతదృశ్యంగా భాసిస్తుంది. గగనచారులు పై నుంచి ఆ కమనీయ దృశ్యాన్ని పరిశీలిస్తారు. మహనీయమైన ఆ దృశ్యమెలా ఉంటుందో తెలుసునా! పుడమి పడతి మెడలో మణిమాలలా భాసిస్తుంది చర్మణ్వతీనది. స్వచ్ఛమైన శ్వేతకాంతి, అరుణ కాంతి కనిపిస్తాయి ఆ నదిలో. శ్రీకృష్ణపరమాత్మ యొక్క నీలవర్ణాన్ని సంగ్రహించిన నీవు ఆ ప్రవాహంపై వాలటం. రమణీయమైన దృశ్యాన్ని దర్శింపజేస్తుంది. ముత్యాలు పగడాలు

వజ్రాలతో కూడిన మణిమాలలో మధ్య మణి ఇంద్రనీలమణి, నదీ ప్రవాహం మణిమాలగా కనిపించగా, నీవు మధ్య మణిగా ప్రకాశిస్తావు. సిద్ధులు సాధ్యులు గంధర్వులు చారణులు, అందరూ అంతరిక్షంలో సంచరిస్తూ అరుదుగా కనిపించే ఈ దృశ్యాన్ని చూసి ఆశ్చర్యా నందాలు పొందుతారు.

51. దశపురాంగనల సౌందర్యం :

"తాముత్తీర్య వ్రజ పరిచిత భ్రూలతా విభ్రమాణాం
పక్ష్మోత్క్షేపా దుపరివిలసత్ కృష్ణశారప్రభాణాం ।
కుందక్షేపానుగ మధుకర శ్రీముషామాత్మ బించు,
పాత్రీ కుర్వన్ దశపుర పధూ నేత్రకౌతూహలానాం ॥" **(1-51)**

మిత్రమా వారిదా! చర్మణ్వతీ నదిని దాటి ఉత్తర దిశగా కొంచెం ముందకు వెళ్లు. ఎత్తైన తెల్లటి మేడలు కనిపిస్తాయి. అదే దశపురం. రంతిదేవుడి రాజధాని. ముగ్ధమనోహర సుందరీమణులు నీకు దర్శనమిస్తారు. ఆ దశపూర వనితలు నీకోసమే నిరీక్షిస్తూంటారు. నీలవర్ణంతో ప్రకాశించే నిన్ను చూసి ఆశ్చర్యానందాలకు లోనవుతారు. వాళ్ల నేత్రాలు స్వచ్ఛంగా తెల్లటి మల్లెపూలలో ఉంటాయి. కనుపాపలు మల్లెపూల మధ్య తుమ్మెదల్లా ఉంటాయి. దశపురాంగనలు కళ్లు పైకెత్తి నిన్ను అపురూపంగా చూస్తారు. వాళ్ల కళ్లల్లో ప్రతిఫలించే నీ రూపంలో సొగసైన ఆ నేత్రాలు మరింత లావణ్యాన్ని సంతరించు కుంటాయి. ఆ కళ్లల్లో కాంతులు నీలం, ఎరుపు, తెలుపు కలబోసినట్లుంటాయి. సోదరా! ఆ నేత్రశోభను కనీ నికలకాంతులను చూడటం ఎంత అదృష్టం! దశపురవధూనేత్ర సౌందర్య దర్శన లాలసత్వం ఎవరికి కలుగుతుంది! నైగనిగ్యంతో అంతరిక్షంలో దర్శన మిస్తున్న నీ సౌందర్యాన్ని దర్శించటమే ఆ సుందరీమణుల లక్ష్యం. ఈ మహనీయ దృశ్యం ఖేచరులకు కూడా అలభ్యమే. ఇక ముందుకు సాగు.

52. సరస్వతీ దృషద్వతీ నదుల మధ్యభాగం బ్రహ్మావర్తం క్షేత్ర వైభవం :

"బ్రహ్మావర్తం జనపద మధ చ్ఛాయయా గాహమానః,
క్షేత్రం క్షత్ర ప్రధన పిశునం కౌరవం తద్భజేథాః ।
రాజన్యానాం శితశరశతై ర్యత్ర గాండీవ ధన్వా ।
ధారాపాతై స్త్వమివ కమలాన్యభ్యవర్షన్ముఖాని ॥" **(1-52)**

నీరదా! బ్రహ్మావర్తమనే పుణ్యక్షేత్రం నీవు దర్శించదగిన పవిత్ర ప్రదేశం. అదే కురుక్షేత్రం. అధర్మానికి సంకేతం కౌరవులు, ధర్మస్వరూపులు పాండవులు. 'యతోధర్మస్తతో జయః! నీకు తెలుసు కదా మహాభారత సంగ్రామం. ధర్మపక్షపాతి శ్రీకృష్ణ పరమాత్మ. పార్థుడికి సారథిగా బ్రహ్మావర్తానికి వచ్చాడు. సరస్వతీనది, దృషద్వతీ నది, అనే రెండు పవిత్ర నదుల మధ్య భూభాగమే బ్రహ్మావర్తం. బ్రహ్మదేవుడు అనుగ్రహంతో ఆవృత (ఆవరించబడిన) ప్రదేశమింది. "ధర్మస్యజయోస్తు, అధర్మస్య నాశో ఽస్తు' అనే వేదవాక్కును సార్థకం చేసినదీ ప్రదేశం. 'ధర్మక్షేత్రే కురుక్షేత్రే' అంటూ ధృతరాష్ట్రుడు తనకు తెలియకుండానే బ్రహ్మావర్త ప్రభావాన్ని తెలియచేశాడు వ్యాసులవారి శిష్యుడైన సంజయుడికి. క్షేత్రే క్షేత్రే ధర్మం కురు' ఇదే గీతావాణి. క్షేత్రమంటే దైవప్రాధాన్యం కలిగిన ప్రదేశమనీ, దేహమనీ కూడా గ్రహించాలి. "దేహో దేవాలయఃప్రోక్తః జీవో దేవస్సనాతనః" అని పెద్దలు చెపుతారు కదా! అఖండ జ్యోతిస్స్వరూపమైన పరమాత్మ నుంచి, జీవాత్మ అనే చిరుదివ్వె ఈ ఉపాధి (దేహం)లో ప్రవేశించి ఉన్నది కనుక దేహం కూడా దేవాలయమే. కనుక ధర్మాచరణ కర్తవ్యం. ధర్మమంటే ఏమిటి? భీష్మాచార్యులవారు చెప్పారు కదా ధర్మరాజుకు, "ఆచార ప్రభవో ధర్మః ధర్మస్య ప్రభురచ్యుతః" సంప్రదాయబద్ధంగా వచ్చే ఆచారవ్యవస్థ ధర్మానికి కారణం. "ధారణాద్ధర్మ మిత్యాహుః' ధారణం వల్ల ధర్మమేర్పడుతుంది. అంటే నియమనిష్ఠలను పాటించడమే ధర్మం. 'న శ్రేయో నియమం వినా" క్రమశిక్షణ లేనిదే శుభం కలుగదు. అలాంటి ధర్మానికి అధిపతి అచ్యుతుడు (శాశ్వతుడైన పరమాత్మ). కనుకనే 'ధర్మో రక్షతి రక్షితః" అంటారు. రక్షించబడే (ఆచరించబడే) ధర్మం మనలను రక్షిస్తుంది.

శ్రీకృష్ణపరమాత్మ మార్గదర్శనం చేశాడు 'నిమిత్తమాత్రం భవ సవ్యసాచిన్!' అన్నాడు. అర్జునా! యుద్ధానికి సన్నద్ధుడివై ఒక పరికరంగా నిలబడు. చేసేది నేనే చేయించేదీ నేనే' అంటూ విజయుడికి ధర్మవిజయం కలిగించాడు. అధర్మానికి సహకరించిన వాళ్లు కూడా నశించారు. రక్తం ప్రవహించింది. సరోవరాలైనది. వర్షపరంపరలో నీవు పద్మాలను ముంచెత్తినట్లు శరపరంపరతో అర్జునుడు శత్రుముఖ పద్మాలను ముంచెత్తాడు. కురుక్షేత్రాన్ని దర్శించు నాయనా!

53. సరస్వతీ నదీ వైభవ వర్ణన :

"హిత్వా హలా మభిమతరసాం రేవతీ లోచనాంకాం,
బంధుప్రీత్యా సమరవిముఖో లాంగలీ యాస్సిషేవే !

మేఘ సందేశం

కృత్వా తాసా మభిగమ మపాం సౌమ్య సారస్వతీనాం,
అంతశ్శుద్ధ స్త్వమపి భవితా వర్ణమాత్రేణ కృష్ణః ॥" (1-53)

మిత్రమా వారిముచా! కురుక్షేత్ర సంగ్రామం ప్రారంభమవుతుందని తెలుసుకున్నాడు. శేషాంశ సంభూతుడైన బలరాముడు, ఒక ప్రక్కన ప్రియశిష్యుడు దుర్యోధనుడు, మరో ప్రక్కన చెల్లెలు సుభద్రయొక్క భర్త అర్జునుడు, ఎవరి వైపుకు వెళ్లాలి. ఎటు వెళ్లినా మరొకరికి బాధ కలుగుతుంది. యుద్ధం జరగటం ఇష్టం లేదు. అయినా జరగబోతున్నది, తమ్ముడు శ్రీకృష్ణుడే యుద్ధమనివార్యమన్నాడు. ఎటూ తేల్చుకోలేక శాంతిప్రియులైన హలధరుడు తప్పనిసరి పరిస్థితిలో, తన భార్య రేవతీదేవిని అంతఃపురంలో విడిచి, మద్యపానానికి స్వస్తి చెప్పి తీర్థయాత్రలకు బయలుదేరాడు. నైమిశారణ్యం చేరాడు. పురాణప్రవచనం జరుగుతున్నదక్కడ. శౌనకాది మహామునులందరు పురాణశ్రవణం చేస్తున్నారు. వ్యాసపీఠం ముందు పెట్టుకొని వ్యాసుల వారి శిష్యుడు సూతమహాముని పురాణప్రవచనం చేస్తున్నాడు. బలరాముడిని చూడగానే మహర్షులందరూ లేచి నిలబడ్డారు. సూతమహాముని ప్రవచనంలో నిమగ్నుడై గమనించలేదు, పౌరాణికుల నియమం ప్రకారం ప్రవచనమయ్యేవరకు లేవకూడదు. తనను గౌరవించలేదు. తనను చూడగానే నిలబడలేదు అని కోపించిన బలరాముడు సూతమహర్షి శిరస్సును ఖండించాడు. 'తన కోపమే తన శత్రువు' అలా అయిపోయింది. హలధారి పరిస్థితి. కోపంతో తాను చేసిన పనికి బాధ పడ్డాడు. హత్యాదోషం సంభవించింది. ప్రాయశ్చిత్తం చెప్పారు మునులు. సంవత్సరంపాటు బ్రహ్మచర్య దీక్షను వహించాలని, పవిత్రమైన సరస్వతీ నదీ జలాలను సేవిస్తూ ప్రశాంత చిత్తుడై ప్రవర్తించాలని శాస్త్రోక్త ప్రాయశ్చిత్త ప్రక్రియను ప్రారంభించాడు. దోష పరిహారమైనది. ప్రాయశ్చిత్తం పాప పరిహారం. బలరాముడి యొక్క దోషాన్ని తొలగించ గలిగిన పవిత్రత సరస్వతీ నదీ జలాలకున్నది హిమగిరి నుండి ఆవిర్భవించి కురుక్షేత్రం మీదుగా అంతర్వాహినియై ప్రవహించిన సరస్వతీనది గంగానదికి ఉపనదిగా పేరు పొందింది. ప్రయాగక్షేత్రంలో గంగా యమునా నదులతో కలసి ప్రవహిస్తుంది. అదే త్రివేణీ సంగమం. త్రిమూర్త్యాత్మకుడైన వేదవ్యాసులవారు ఈ సరస్వతీ నదీతీరాన సపాదలక్షాత్మక గ్రంథమైన శ్రీ మన్మహాభారతాన్ని చెప్పాడు. అంత పవిత్రమైన శ్రీ మహాసరస్వతీరూపిణియైన ఆ పవిత్రనదీ జలాలను దర్శించు సేవించు, జన్మ చరితార్థత కలుగుతుంది.

54. భాగీరథీ నదీ వర్ణనం :

"తస్మాద్గచ్ఛే దను కనఖలం శైలరాజీవతీర్ణాం,
జహ్నోః కన్యాం సగరతనయ స్వర్గసోపాన పంక్తిం ।
గౌరీ వక్త్ర భ్రుకుటి రచనాం యా విహస్యేవ ఫేనైః,
శంభోః కేశగ్రహణ మకరోదిన్దు లగ్నోర్మిహస్తా ॥" **(1-54)**

సోదరా పర్జన్యా! సువిశాలమైన కురుక్షేత్రాన్ని దర్శించి, సరస్వతీనదీమాతను సేవించి ముందుకు సాగితే కనఖలతీర్థం కనిపిస్తుంది. ఇదే హరిద్వారం గంగాద్వారంకూడా.

'ఖలః కో నాత్ర ముక్తింవై భజతే తత్ర మజ్జనాత్ ।
అతః కనఖలం తీర్థం నామ్నా చక్షుర్మునీశ్వరాః ॥ స్కాందపురాణోక్త ప్రమాణం. ఖలుడు అంటే చెడ్డవాడు. ఎంత చెడ్డవాడైనా ఈ తీర్థం (జలప్రవాహం)లో స్నానం చేస్తే, వాడు పవిత్రుడై మోక్షం పొందుతాడు. దివి జాపగ అని పేరు పొందిన ఆకాశగంగ భువికి ఎలా అవతరించిందో తెలుసు కదా నీకు! ఒకప్పుడు సూర్యవంశీయుడైన సగర చక్రవర్తి అశ్వమేధయాగాలు చేశాడు. నూరవ అశ్వమేధ యాగం ప్రారంభించాడు. అశ్వ సంరక్షకులుగా అతని కొడుకులు అరవై వేలమంది బయలుదేరారు. శతాశ్వమేధయాగ ఫలితం ఇంద్రపదవి. అందుచేత ఇంద్రుడేం చేశాడో తెలుసా! యాగాశ్వాన్ని అపహరించి రసాతలంలో కపిలమహాముని దగ్గర ఉంచి తన పదవిని కాపాడుకున్నాడు. భూమండలం మీద గుర్రం కనిపించకపోవటం వల్ల సాగరులు అంటే నగర పుత్రులు నేలను తవ్వారు. రసాతలానికి వెళ్లారు. గుర్రం కనిపించింది. అక్కడ ధ్యానమగ్నుడైన కపిలమహర్షిని చూసి, ఆయనే అశ్వాన్ని అపహరించాడని భావించి ఆయనను హింసించారు. ఆ మహర్షి సామాన్యుడా! దేవహూతి కర్దమ ప్రజాపతుల తనయుడు, అనసూయాదేవి, అరుంధతీదేవి, వారిద్దరి అనుజుడు, ఆగ్రహోదగ్రుడై కళ్లు తెరిచాడు. అరవై వేలమంది సాగరులు భస్మీపటల మయ్యారు. సగరుడి యాగం ఆగిపోయింది. అంశుమంతుడు (సగరుడి మనుమడు) తాతగారి కోరిక తీర్చటం కోసం రసాతలానికి వెళ్లి కపిలమహర్షికి ప్రదక్షిణ నమస్కారాలు చేసి విషయం చెప్పాడు. ఆయన ప్రసన్నుడై 'నాయనా! అశ్వాన్ని తీసుకువెళ్లి యాగం పూర్తి చేయించు. సాగరుల భస్మరాశిపై గంగాజలం ప్రవహిస్తే వారికి పుణ్యలోకాలు లభిస్తాయి అని చెప్పగానే అంశుమంతుడు అశ్వాన్ని తీసుకువెళ్లి తాతగారికి అశ్వమేధయాగ ఫలితమందించాడు. అతని మనుమడు భగీరథుడు గంగావతరణ కోసం తపస్సు చేశాడు. బ్రహ్మ ప్రత్యక్షమై "నాయనా! పరమేశ్వరుడిని ప్రార్థించు, స్వర్గాంగను ఆయనే భరించగలడు.

ఆయన అనుగ్రహంతో గంగ భూమండలంలో ప్రవేశిస్తుంది. తరువాత రసాతలానికి తీసుకువెళ్లు. నీ కోరిక తీరుతుంటే పితామహుడి మాటలు విని భగీరథుడు ఘోరమైన తపస్సు చేసి గంగను ప్రార్థించాడు. శివుడిని ప్రార్థించాడు గంగ శివ జటాజూటంపై పడింది. శివానుగ్రహంతో ఒక ప్రవాహం భగీరథుడి వెంట బయలుదేరి హరిద్వారం దగ్గర హిమగిరి ప్రవేశించింది. ఖలులను కూడా పవిత్రులుగా చేయగలిగే కనఖలగా ప్రసిద్ధి పొందింది. భగీరథుడి వెంట వచ్చింది కనుక భాగీరథిగా పేరువచ్చింది. హిమాలయంలో గంగోత్రి నుండి బయలుదేరి భాగీరథిగా ముందుకు సాగింది. (చంద్ర వంశీయుడైన అజామీఢుని కుమారుడు, జహ్నువు గొప్ప తపస్సు చేసి జహ్నుమహర్షిగా ప్రఖ్యాతి పొందాడు. ఆయన యజ్ఞం చేస్తున్న ప్రదేశంలో భాగీరథీ ప్రవాహం వేగంగా వచ్చింది. ఆ ప్రదేశాన్ని ముంచేసింది. యజ్ఞానికి ఆటంకం కలిగిందని జహ్నువు ఆ ప్రవాహాన్ని మింగేశాడు. భగీరథుడి ప్రయత్నానికి మళ్లీ ఆటంకం కలిగింది. జహ్ను మహామునికి నమస్కరించి తన మనవిని వినిపించాడు భగీరథుడు. జహ్ను మహాముని అనుగ్రహించి తన చెవి నుండి ఆ ప్రవాహాన్ని పంపించాడు. అందుచేత జాహ్నవిగా కూడా కీర్తించబడిన గంగా ప్రవాహం భూమండలాన్ని పవిత్రం చేసి రసాతలానికి చేరింది భగీరథుని వెంట. సాగరుల భస్మరాశులపై ప్రవహించి వారికి పుణ్యలోకాలు ప్రసాదించింది. సాగరులు త్రవ్విన ప్రదేశం గంగా ప్రవాహంతో నిండి సాగరమైనది. పాతాళంలో ప్రవహించి పాతాళగంగ అనిపించుకొన్నది. అందుచేతనే 'త్రిపధగా' అంటారు ఆ నదీమతల్లిని. గగనగంగ అవని గంగ పాతాళ గంగ. మూడు మార్గాల్లో ప్రవహించిన ఆ భాగీరథి శివ జటాజూటంలో స్థిరపడి శశిశేఖరుడైన పార్వతీపతి కేశపాశాన్ని వశం చేసుకొని హైమవతీ దేవికి ఆగ్రహం కల్పించిందట. పరమేశ్వర పత్నిగా కూడా ప్రసిద్ధి పొంది భవానీదేవితో సమానమైన గౌరవాన్ని పొందిన పావని గంగామాత. ఆ తల్లికి ప్రదక్షిణ నమస్కారాలు చేసి ముందుకు సాగు.

55. మేఘుచ్ఛాయ గంగలో ప్రవేశించి,
యమునా నదిలో కలిసే దృశ్యవర్ణన :

"తస్యాః పాతుం సురగజివ వ్యోమ్ని పశ్చార్ధ లంబీ,
త్వం చేదచ్ఛ స్ఫటిక విశదం తర్కయేస్తిర్యగంభః।
సంసర్పంత్యా సపది భవతస్స్రోతసి ఛ్ఛాయాయాఽసౌ,
స్యా దస్థానోపగత యమునా సంగమేనాభిరామా ॥" (1-55)

సోదరా జలధరా! పవిత్రమైన ఆ భాగీరథీ ప్రవాహం నీ ఛాయ ప్రవేశించినా పుణ్యఫలమే.

'గంగా గంగేతియో బ్రూయాత్ యోజనానాం శతైరపి,

ముచ్యతే సర్వపాపేభ్యో విష్ణులోకం సగచ్ఛతి ॥" అని పౌరాణిక ప్రమాణం. వేలాది మైళ్ల దూరంలో ఉన్నప్పటికీ గంగ గంగ గంగ అని గంగా నామోచ్చారణ చేసినంత మాత్రాన సర్వదోష హరణం, మోక్షప్రాప్తి రెండూ కలుగుతాయని పురాణాలు ఉపదేశిస్తున్నాయి. అలాంటి గంగా జలాన్ని సేవించటానికి వినయంతో ఆ ప్రవాహం వైపు వంగినట్లైతే స్వచ్ఛమైన స్ఫటికం వంటి భాగీరథీ జలశ్వేత వర్ణం నీలో ప్రతిఫలిస్తుంది. నీ వెనుక భాగం నీలగగన చ్ఛాయతో యమునా ప్రవాహ సాదృశ్యం పొందుతుంది. గంగా యమునా ప్రవాహాలు ప్రయాగలోనే కలుస్తాయి. హిమగిరిలో ప్రభవించిన యమున సూర్యపుత్రి, ఛాయాతనయ, యమధర్మరాజు సోదరి, తపస్సు చేసి పరమపవిత్ర ప్రవాహంగా మారింది. ప్రయాగలో గంగతో కలిసి అంతర్వాహిని సరస్వతి ప్రవాహాన్ని కూడా కలుపుకొని త్రివేణీ సంగమతీర్థంగా ప్రసిద్ధి పొందటానికి కారణమైన నదీమతల్లి ఆమె. కాని నీ అదృష్టమేమిటంటే నీ పూర్వార్ధం (మొదటి సగం) గంగాచ్ఛాయను పొందితే, పశ్చార్ధం (వెనుక సగం) నీరవర్ణచ్ఛాయతో యమునా ప్రవాహాన్ని తలపింపజేస్తుంది. గంగా యమునా ప్రవాహసాదృశ్యాన్ని కలిగించే వాడివవుతావయ్యా నీవు! దిగ్గజం గంగాజల ప్రవాహాన్ని తాకటానికి వచ్చినప్పుడు, ముందుభాగం తెల్లగా గంగలా అనిపిస్తుంది. వెనుకభాగం నీలాకాశాన్ని స్ఫురింపజేస్తుంది. భాగీరథీ జలాన్ని త్రాగటానికి వచ్చే దిగ్గజంలా కనిపిస్తావు. అలాంటి విచిత్ర సన్నివేశాన్ని సృష్టించగలవు. నీ జన్మ ధన్యం. భూమండలాన్ని ఎనిమిది దిక్కుల్లోనూ రక్షించే దిగ్గజాలు ఐరావతం, పుండరీకం, వామనం, కుముదం, అంజనం, పుష్పదంతం, సార్వభౌమం, సుప్రతీకం. ఈ ఎనిమిది అష్టదిగ్గజాలని ప్రసిద్ధి పొందాయి.

56. హిమగిరిపై మేఘ విశ్రాంతి :

"ఆసీనానాం సురభిత శిలం నాభిగంధైర్మృగాణాం
తస్యా ఏవ ప్రభవ మచలం ప్రాప్య గౌరం తుషారైః
వక్ష్యస్యధ్వ శ్రమ వినయనే తస్య శృంగే విషణ్ణః,
శోభాం శుభ్ర త్రినయన వృషోత్ఖాత పలకోపమేయాం ॥" (1-56)

పయోదా! చాలా దూరం ప్రయోగించావు. నీకు విశ్రాంతి అవసరం. అనేక నదీ నదాలకు ఔషధాలకు, రత్నాలకు, లతలకు, వృక్షాలకు కస్తూరీ మృగాదులకు నెలవు. ఆ మంచుకొండ హిమస్య ఆలయం, మంచుకు నిలయం, వెండికొండల్లా మెరుస్తూ మహోన్నతములైన గౌరీశంకర శిఖరాల్లాంటి వాటితో సుదీర్ఘములైన గిరుల పరంపర కలిగినది హిమగిరి, భారతదేశానికి ఉత్తరాన పెట్టని కోట. ఆ కనుమల సముదాయం

"అస్త్యుతరస్యాం దిశి దేవతాత్మా, హిమాలయో నామ నగాధిరాజః ।
పూర్వాపరౌ వారినిధీ విగాహ్య,స్థితః పృథివ్యా ఇవ మానదండః ॥"

భారతదేశానికి ఉత్తర దిగ్భాగంలో దేవతాస్వరూపుడైన హిమవంతుడు పర్వత రాజుగా ప్రసిద్ధి పొందాడు. అతని గిరుల వరుసలు తూర్పు పడమర సముద్రాల వరకు వ్యాపించాయి. భారతదేశానికి ఒక కొలబద్దగా వాసికెక్కినది హిమగిరి. ఓషధీప్రస్థం అతని రాజధాని. భార్య మేనాదేవి. కూతురు హైమవతీదేవి. కొడుకు మైనాకుడు. చిన్న కుటుంబం చింతలు లేని కుటుంబం. అల్లుడు శివుడు. అభవుడు అల్లుడవటంతో హిమవంతుడు సమున్నతస్థితిని పొందాడు. మహేశ్వరుని వాహనం నందీశ్వరుడు హిమగిరిలా స్వచ్ఛంగా శ్వేతవర్ణంలా మెరుస్తూంటాడు. మానస సరోవరానికి పుట్టినిల్లు హిమాలయం, విష్ణుపాదోద్భవి అయిన గంగాతరంగిణికి ఆలవాలమైనది. కస్తూరీ మృగాల నాభినిర్గత సుగంధ ద్రవ్యంతో పరిమళభరితములైన తుషారబిందువులతో చల్లగా ఉండే రజతగిరిపై విశ్రాంతి తీసుకో. మంచుకొండ శిఖరాలు నందీశ్వరుడి కొమ్ములా అన్నట్లు భాసిస్తాయి. అక్కడ నీవు కూర్చుంటే నందికొమ్ములపై పరిమళ పంకం వ్యాపించినట్లు కనిపిస్తుంది.

57. దావాగ్ని ఉపశమన వర్ణన :

"తు చేద్వాయౌ సరతి సరళ స్కంధ సంఘట్ట జన్మా
బాధేతోత్కా క్షపిత చమరీ వాలభారో దవాగ్నిః
అర్హస్యేనం శమయితుమలం వారిధారా సహస్రైః
ఆపన్నార్తి ప్రశమన ఫలాం సంపదో హ్యుత్త మానాం ॥" **(1-57)**

ధారాధరా! పరోపకారార్థమిదం శరీరం అని శాస్త్రం ఉపదేశిస్తున్నది. 'నాభ్యర్థితో జలధరోఽ పి జలందదాతి' అన్నట్లుగా ఎవ్వరూ అడుగకపోయినా చరాచర సృష్టిపై సమభావనతో సమృద్ధిగా వర్షధారలు. అనుగ్రహిస్తావు, అమృతజీవ ధారలతో జీవులకు

జీవాన్నిస్తావు. సస్యశ్యామలత్వం నీ వల్లనే ఏర్పడుతుంది. సరోవరాలు నీ వల్లనే కదా సమృద్ధిగా జలపూర్ణములవుతాయి. గిరులలో అడవులుంటాయి. దట్టములైన అడవులలో చమరీ మృగాలు సంచరిస్తాయి. వాటి తోకలు విశేషములైనవి. భగవంతుడి సేవలో 'చామరం వీజయామి' అంటారు కదా! వింజామరలతో స్వామిని సేవిస్తారు. జింకజాతి జంతువులైన చమరీమృగాలు హిమగిరి కాననాలలో విశేషంగా తిరుగుతాయి. వేసవికాలంలో ఎండిపోయిన చెట్లు గాలికి ఒకదానికొకటి రాచుకున్నప్పుడు అగ్నిజ్వాలలు ఏర్పడతాయి క్రమంగా ఆ మంటలు అడవులలో వ్యాపిస్తాయి. అదే దావాగ్ని. అలాంటి దావాగ్ని జ్వాలలు విజృంభించినపుడు చమరీమృగాలకు రక్షణ ఉండదు కదా! అంతేకాదు అడవులు హరించుకుపోతే హిమగిరి శోభ క్షీణిస్తుంది. ఆ జ్వాలలను ఆర్పేశక్తి మానవ మాత్రులకు సాధ్యం కాదు. నీవు మాత్రమే ఆ ఉపకారం చేయగలవు. కుండపోత వాన కురిపించు. జ్వాలలు ఉపశమిస్తాయి. ఎక్కడా కూడా అగ్ని కణాలు లేకుండా చెయ్యి. చరాచర జీవరాశికి ఉపకారం చేసినవాడివవుతావు.

58. అడవులలోని శరభమృగ వర్ణనం :

"యే సంరంభోత్పతన రభసా స్వాంగభంగాయ తస్మిన్
ముక్తాధ్వానం సపది శరభా లంఘయేయుర్భవంతం।
తాన్ కుర్వీధాస్తుముల కరకా వృష్టిపాతావకర్ణాన్,
కే వా నస్యుః పరిభవపదం నిష్ఫలారంభయత్నాః॥" **(1-58)**

సోదరా వారిధరా! అక్కడి అడవుల్లో శరభమృగాలుంటాయి. అవి విచిత్ర మృగాలు. వాటికి ఏనుగులకంటే బలముంటుంది. సింహాలకుండే సాహసముంటుంది. పొగరుమోతులవ్వి జింకల్లా ఎగిరిపడుతుంటాయి. వాటిని చూస్తే సింహాలు కూడా జంకుతాయి. గగన మార్గంలో సంచరిస్తున్న నిన్ను ఏనుగనుకొని అరుస్తూ నీ మీదికి దూకుతాయి. అంత ఎత్తుకు ఎగరలేవు, అహంభావులకు యుక్తాయుక్త విచక్షణ ఉండదు కదా! ఒక్కసారిగా నీమీదికి రావాలని ముందూ వెనుకా చూసుకోకుండా అంత ఎత్తున ఎగిరి కింద పడి కాళ్లు విరగ్గొట్టుకుంటాయి. అల్పుల పరిభవాన్ని అధికులు పరిగణించరు. వాటి దూకుడు అలాంటిది. వాటిని లెక్కచేయకు. ఒక్కసారి నీ శక్తిని చూపించు. వడగళ్ల వాన కురిపించు. దెబ్బకు దయ్యం దడిసినట్లు శరభాలన్నీ చెల్లా చెదరవుతాయి. శృంగభంగమవుతుంది. నీ విశ్రాంతికి ఆటంకం తొలగిపోతుంది.

59. శంకర పాదముద్రలకు సాష్టాంగ నమస్కారం చెయ్యాలి :

"తత్ర వ్యక్తం దృషది చరణన్యాస మర్ధేందు మౌళేః ।
శశ్వత్ సిద్ధై రుపచిత బలిం భక్తినమ్రః పరీయాః ।
యస్మిన్ దృష్టే కరణనిగమాదూర్ధ్వ ముద్ధూత పాపాః
కల్పిష్యంతే స్థిరగణ పదప్రాప్తయే శ్రద్ధధానాః ॥ (1-59)

మిత్రమా పర్జన్యా! రమణీయము కమనీయము మహనీయము అయిన హిమశైల ప్రాంతంలో పుణ్యానదీనదాలెన్నో ఆవిర్భవించాయి. సిద్ధులు సాధ్యులు కిన్నరులు కింపురుషులు, గంధర్వులు, నాగులు, యక్షులు, దేవతలు, దానవులు అందరికీ పూజనీయమైన ప్రదేశమొకటి కనిపిస్తుంది. అదేమిటో తెలుసా! సాక్షాత్తు, స్వయంభువములైన పరమేశ్వర పాదపద్మ ముద్రలు. స్వచ్ఛమైన శిలాఫలకంపై దర్శనమిస్తూంటాయి. గంగాజలాభిషేకం నిరంతరం జరుగుతూ ఉంటుంది. ఆ శ్రీచరణ ద్వంద్వాన్ని ఆశ్రయించు. అమృత బిందువులతో అభిషేకించు. ముల్లోకాలలో ఉండేవాళ్లందరూ అక్కడికి వస్తారు. స్వామివారి పాదపద్మాలను స్పృశించి నమస్కరించి ధన్యులవుతారు. 'ఈశ్వరస్య ఇదం ఐశ్వర్యం' ఐశ్వర్యం ఈశ్వరునిదే. "ఐశ్వర్యమీశ్వరాదిచ్ఛేత్,' అని చెపుతున్నది. శాస్త్రం. ఐశ్వర్యమంటే ఆధిపత్యం. ఆ స్వామిని సేవిస్తే సమస్త సంపదలకు మూలమైన ఆధిపత్యం లభిస్తుంది. ఈ లోకంలో ఉన్నంతవరకు ఆయురారోగ్య భోగభాగ్యాలను భక్తిజ్ఞాన వైరాగ్యాలను పొందుతారు. దేహత్యాగానంతరం కైలాసంలో ప్రమథగణస్థానం పొందుతారు. ఎటువంటి భాగధేయమది! శివపాదముద్రలకు ప్రణమిల్లు.

60. శివనామసంకీర్తనా వైభవం :

"శబ్దాయంతే మధురమనిలైః కీచకాః పూర్యమాణాః,
సంసక్తాభి స్త్రిపురవిజయో గీయతే కిన్నరీభిః ।
నిర్హ్రాదస్తే మురజ ఇవచేత్ కందరేషు ధ్వనిస్స్యాత్,
సంగీతార్థో నను పశుపతే స్తత్ర భావీ సమగ్రః ॥" (1-60)

వారిముచా! హిమవన్నగశ్రేణులపై వెదుళ్ల పొదలుంటాయి. ఎండిపోయిన వెదుళ్ల రంధ్రాల్లోని గాలి వీచినప్పుడు వేణునాదాలు వినిపిస్తాయి. వినిపించగానే కిన్నరకన్యలు అక్కడికి వస్తారు. వేణునాదంతో స్వరాలు కలుపుతారు. వీనులవిందుగా అమరగానం వినిపిస్తుంది. శంకరుడు సామగానప్రియుడు. కిన్నరాంగనలు పాడే పాటలేమిటో తెలుసా!

ఒకప్పుడు మయుడు నిర్మించిన స్వర్ణపుర రజతపుర తామ్రపురాలలో నివాసమేర్పరచుకున్న త్రిపురాసురులు దుర్మార్గులై స్వేచ్ఛగా అంతరిక్షంలో సంచరిస్తూ ఖేచరులను (ఆకాశంలో సంచరించే వారిని) బాధించేవారు. నశింపచేసేవారు, భూమండలంపై జనసముదాయం కనిపిస్తే వాళ్ల మీద వాలి హింసించేవాళ్లు. జలచరాలు కనిపిస్తే సాగరంలోకి వచ్చి వాటిని ధ్వంసం చేసేవాళ్లు. వాళ్ల ఆగడాలు మితిమీరాయి. త్రిలోకవాసులు పరమేశ్వరుని ప్రార్థించారు. పరమశివుడు అమరులను సమీకరించాడు. కుమారస్వామి సంహరించిన తారకాసురుడి కొడుకులు కమలాక్షుడు తారకాక్షుడు, విద్యున్మాలి. ఈ ముగ్గురు రాక్షసులు త్రిపురాలను నివాసాలుగా ఏర్పరచుకొని ముల్లోకాల్లో సంచరిస్తూండటంతో తపతీ నదీ తీరంలో త్రిపురాసుర సంహారానికి సమాయత్తమయ్యాడు శివుడు. దేవతల శక్తిని త్రిశూలంలో ఆవాహన చేశాడు. క్షీర సాగరమథనంలో సాయపడిన మంధర పర్వతాన్ని ధనుస్సుగా చేశాడు. వాసుకిని వింటినారిగా అమర్చాడు. శ్రీమహావిష్ణువును నారాయణాస్త్రంగా రూపొందించాడు. భూమి రథంగా మారింది. అశ్వనీ దేవతలు రథచక్రాలయ్యారు. బ్రహ్మ రథసారధి అయ్యాడు. అగ్నిహోత్రుడు వాయుదేవుడు రథాశ్వాలయ్యారు. అంతరిక్షంలో త్రిపురాలు ఒకే ప్రదేశానికి వచ్చిన సమయంలో త్రిశూలాన్ని ప్రయోగించి వాటిని దగ్ధం చేశాడు. వాటిలో అంతర్గతంగా ఉన్న అసురత్రయాన్ని నారాయణాస్త్రంతో సంహరించాడు. లోకక్షేమం కలిగించిన పరమేశ్వరుడి లీలా విలాసాలను కిన్నరాంగనలు గానం చేస్తున్నారు. సహజంగా వినిపించే వేణునాదం, జలపాతాల లయధ్వని, సిద్ధుల వీణావాదనలు, కిన్నర కాంతల గంధర్వగానాలు, వీటికి తోడు నీవు వినిపించే ఉరుముల చప్పుళ్లు మృదంగధ్వనుల్లా వినిపిస్తాయి. వీణావేణు మృదంగ ధ్వానాలతో కూడిన గంధర్వ కిన్నరుల గానాలు స్వామిని కీర్తిస్తాయి. మేఘనాదాలు వాటిలో అంతర్లీనమవుతాయి. అత్యద్భుతమైన దివ్యశివనామ సంకీర్తనా వైభవమది.

61. హిమాలయాల మీదుగా కైలాసం వైపు మానససరోవరానికి వెళ్లే క్రౌంచరంధ్ర మార్గ వైశిష్ట్యం :

"ప్రాలేయాద్రే రుపతట మతిక్రమ్య తాంస్తా న్విశేషాన్,
హంసద్వారం భృగుపతి యశోవర్త్మయత్ క్రౌంచరంధ్రం ।
తేనోదీచీం దిశమనుసరే స్తిర్యగాయామ శోభీ
శ్యామః పాదో బలిజీనియమనా భ్యుద్యతస్యేవ విష్ణోః ॥" (1-61)

అనుజా జలదా! రజతాచల శ్రేణులలో విచిత్రములైన దృశ్యాలను చూస్తూ ముందుకు సాగు. పర్వతగుహలెన్నో కనిపిస్తాయి. జలపాతాలను చూడవచ్చు. చమరీ మృగాలు సారంగాలు (జింకలు), గోవులు, అశ్వాలు ఇలాంటి సాధు జంతువులతో పాటు సింహ శరభ గజ వ్యాఘ్ర వరాహాలు వానర గోలాంగూలాలు (కొండముచ్చులు) భల్లూకాలు, విభిన్న సర్పాలు దర్శనమిస్తాయి. ఓషధీ వృక్షాలెన్నో కనువిందు చేస్తాయి. ఎదురుగ్గా ఉత్తర దిగ్భాగంలో పరిశీలించు. పర్వతం మధ్య సురంగమార్గం కనిపిస్తోంది కదూ! అదే క్రౌంచరంధ్రం. ఇక్కడొక విశేషం వినాలి. హిమవంతుడి కొడుకు మైనాకుడు, అతని కొడుకు క్రౌంచుడు అంటే హిమవత్ పౌత్రుడన్నమాట.

రేణుకాదేవి జమదగ్ని మహర్షుల కుమారుడు భార్గవరాముడు. తల్లిదండ్రుల అనుమతితో పరమేశ్వరుని దగ్గర విద్యాభ్యాసం చేశాడు. పార్వతీపరమేశ్వర తనయుడు కుమారస్వామి కూడా అక్కడే చదువుకున్నాడు. ఒకసారి వీరిద్దరి మధ్య పోటీ ఏర్పడింది. పరమేశ్వరుని నుండి పరశువు (గొడ్డలి) బహుమతిగా పొందిన భార్గవరాముడు పరశు రాముడయ్యాడు. క్రౌంచపర్వతాన్ని బాణంతో ఛేదించాలనుకున్నారు శిష్యులిద్దరూ. భార్గవరాముడు అస్త్రాన్ని వెంటనే సంధించి ప్రయోగించాడు. అది క్రౌంచపర్వత మార్గాన్ని ఏర్పరచింది. అది ఇరుకైన మార్గం అయినప్పటికీ మానస సరోవరానికి దగ్గర బాట. హంసలు ఈ మార్గంలోనే వెళతాయి. నీవు కూడా క్రౌంచరంధ్రం ద్వారా ప్రయాణం సాగించు తొందరగా ప్రయాణం సాగుతుంది. లోతైన లోయలు చూస్తూ క్రౌంచరంధ్రాన్ని ప్రవేశించు. అలా వెళ్లేటప్పుడు నీ ఆకారం మారిపోతుంది. సుదీర్ఘాయతనంతో బలి చక్రవర్తి శిరస్సుపై ఉంచబడిన త్రివిక్రముని పవిత్ర శ్యామపాదము వలె ప్రకాశిస్తావు ఎంత అదృష్టమది!

62. కైలాస పర్వత వైభవం :

"గత్వా చోర్ధ్వం దశముఖ భుజో చ్ఛ్వాసిత ప్రస్థ సంధేః,
కైలాసస్య త్రిదశ వనితా దర్పణస్యాతిథి స్స్యాః ।
శృంగోచ్ఛ్రాయైః కుముద విశదైర్యో వితత్య స్థితః ఖం,
రాశీభూతః ప్రతిదినమివ త్ర్యంబక స్యాట్టహాసః ॥ **(1-62)**

సోదరా పర్జన్యా! క్రౌంచరంధ్రం ద్వారా ప్రయాణం సాగించి ఉత్తర దిశగా చూడు. కైవల్యనిధి కైలాస దర్శనం కలుగుతుంది. పార్వతీపరమేశ్వర నివాసమది. ప్రమథగణ

పరివేష్ఠితమది. నందీశ్వర పర్యవేక్షితమది. స్వచ్ఛమైన స్ఫటికశిలాసంఘాతమది. సురకాంతల దర్పణమది. దశకంఠుని దర్పమణచిన పర్వతమది.

నిత్య శివపూజా దురంధరుడు పులస్త్య బ్రహ్మమనుమడైన రావణబ్రహ్మ వర బలగర్వితుడై కైలాసాన్ని పెకలించబోయాడు. పరమేశ్వరి యొక్క సూచనతో పరమేశ్వరుడు కాలిబొటనవేలితో గట్టిగా అదిమేసరికి, పర్వతం కింద ఇరవై చేతులు నలిగి భయంకరా -రావం చేశాడట దశాననుడు. రావం అంటే కేక, చావుకేక పెట్టాడు. భక్తుడు కదా అని అనుగ్రహించాడు శివుడు. పశ్చాత్తాపంతో దశగ్రీవుడు స్వామిని స్తుతించాడు, బ్రతికి బయట పడ్డాడు. అలాంటిది ఈ కైలాసం.మంచుతో నిండిన కలువలా కనిపిస్తుంది కైలాసం. ప్రదోషసమయంలో అమ్మవారి లాస్యనృత్యం, స్వామివారి తాండవనృత్యం అద్భుతంగా సాగుతాయి. అలాంటి మహనీయ దృశ్యాన్ని దర్శించు దేవతలతో కలసి కైలాసగిరికి అతిథివి అవటం కంటే అదృష్టమేదైనా ఉంటుందా!

63. మేఘుడు కైలాసాన్ని చేరిన వర్ణన :

"ఉత్పశ్యామి త్వయి తటగతే స్నిగ్ధభిన్నాంజనాభే,
సద్యః కృత్త ద్విరద రదన చ్ఛేద గౌరస్య తస్య ।
శోభామద్రే స్తిమిత నయన ప్రేక్షణీయాం భవిత్రీం
అంసన్యస్తే సతి హలభృతే మేచకే వాసనీవ ॥ **(1-63)**

వారిదా! శ్వేతవర్ణంతో ప్రకాశించే కైలాసగిరిని చేరినప్పుడు నీ యొక్క శోభ ద్విగుణీకృతమవుతుంది. ఏనుగుల దంతాలు ఎలా తెల్లగా ఉంటాయో మంచుబిందువులెంత స్వచ్ఛంగా ఉంటాయో, మల్లెపూలెంత శ్వేతవర్ణంతో భాసిస్తాయో ముత్యాలెంత మిలమిల లాడుతుంటాయో, చంద్రిక (వెన్నెల) ఎంత బాగుంటుందో అలా ఉంటుంది కైలాసగిరి. ఇంద్రనీలవర్ణంతో ఉండే రూపం నీది శ్యామవర్ణుడవైన నీవు కైలాస శిఖరాన్ని చేరినప్పుడు నాగలి పట్టిన హలధరుడి దృశ్యం కనిపిస్తుంది. శ్రీకృష్ణుడి వర్ణం నీది. బలరాముడి వర్ణం కైలాసానిది. నీలాంజన సమాభాసమైన నీరంగు నిగనిగలాడుతూ, ధగధగలాడే కైలాస శిఖరంపై చేరినప్పుడు నీలాంబరధారియైన బలరాముడు కనిపిస్తాడు. విచిత్ర దృశ్యమది.

64. గౌరీశంకర శిఖర విహార శైల వైశిష్ట్య వర్ణన :

"హిత్వా తస్మిన్ భుజగవలయం శంభునా దత్తహస్తా,
క్రీడాశైలే యది చ విహరేత్ పాదచారేణ గౌరీ ।

భంగీ భక్త్యా విరచిత వపు స్తంభితాంతర్జలౌఘః
సోపానత్వం కురుమణి తటా రోహణా యాగ్రయాయీ॥" (1-64)

అంబుదా! మరో గొప్ప దృశ్యాన్ని చూడు! "వాగర్థావివ సంపృక్తౌ జగతః పితరౌ పార్వతీ పరమేశ్వరౌ' ఆదిదంపతులు ఉమామహేశ్వరులు, శబ్దార్థముల వలె అర్ధనారీశ్వర తత్త్వం కలిగినవారు, వాక్కును (శబ్దాన్ని) దాని యొక్క అర్థాన్ని విడదీయగలమా! ఒకే దేహంలో వామ (ఎడమ) భాగం అమ్మవారు, దక్షిణ (కుడి) భాగం స్వామివారు. జగత్తుకు తల్లిదండ్రులు. వారియొక్క విహారప్రదేశాలు గౌరీ శంకర శిఖరస్థానమైన కైలాసగిరి, మేరు పర్వతం, మంధర పర్వతం మొదలైనవి. స్వామివారి కంకణాలు నాగాభరణాలు అమ్మవారి కంకణాలు తామరతూళ్లు. అంతా సహజత్వమే. క్రీడాశైలాన్ని అధిరోహించేటప్పుడు అమ్మవారు అయ్యవారి చేతిని ఆలంబనగా చేసుకొని శిఖరారోహణం చేస్తుంది. ఆ సమయంలో భవుడు తన చేతి మీద ఉన్న పాములను విడిచిపెడతాడు. సున్నితములైన ఆమె చేతి వేళ్లకు పాము తగలకూడదనేమో! అదే ఆదిదంపతుల వైశిష్ట్యం ఆ దంపతులు కాలినడకన ఆ శిఖరాలనధిరోహిస్తూ వెళతారు. కనుక మిత్రమా! భవానీదేవి భవుడు శిఖరారోహణ చేసేటప్పుడు, నీలోని నీటిని ఘనీభవింపచేసి సోపానులా అక్కడ ఉంటే నీ జన్మ ధన్యమవుతుంది. నీవు కామరూపివి కదా! సోపాన (మెట్టు)రూపంలో అక్కడ నిలిచి ఉంటే ఈశ్వరుడు నీపై పాదంపెట్టి శిఖరాన్ని అధిరోహిస్తారు. ఎంత అదృష్టం నీది!

65. దేవకన్యల జలక్రీడా విలాసం :

"తత్రావశ్యం వలయకుశిశోద్ఘట్టనో ద్గీర్ణతోయం,
నేష్యంతి త్వాం సురయువతయో యంత్ర ధారాగృహత్వం ।
తాభ్యో మోక్ష స్తవయది సఖే ఘర్మ లబ్ధస్య సస్యాత్,
క్రీడాలోలా శ్రవణ పరుషై ర్గర్జితై ర్భాయయేస్తాః ॥" (1-65)

పర్జన్యా! కైలాస గిరి శిఖరాలపై దేవకన్యలు విహరిస్తూంటారు. పిల్లికి చెలగాటం ఎలుకకు ప్రాణసంకటం అన్నట్లు నీకు విషాదాన్ని కలిగిస్తూ వారికి వినోదం కలిగించే సంఘటన ఎదురౌతుంది. నవయువతులు నిదాఘపీడితలై(ఎండతో బాధపడి) నిన్ను చూడగానే సంతోషంతో ముందుకు వస్తారు. వాళ్లు కైలాసశిఖరాలపై తిరుగుతూండటం వల్ల ఆ శిఖరాలను స్పృశిస్తూ జలసమృద్ధితో వస్తున్న నీవు వాళ్లకు అందుబాటులో ఉంటావు. యౌవనం చిలిపితనాన్ని పెంచుతుంది. చాంచల్యాన్ని కలిగిస్తుంది. దివ్యాంగనలు

ఒక్కొక్కళ్లే ముందుకు వచ్చి నిన్ను ముట్టుకుంటారు. వర్షబిందువులతో తడితడిగా చల్లగా తగిలేసరికి వాళ్లకు ఇంకా సరదాగా ఆడుకోవాలనిపిస్తుంది నీతో. మరో గడుసరి తన ముంజేతికున్న రత్నకంకణాలతో నిన్ను కొడుతుంది. వెంటనే జలధారా యంత్రంలోంచి బుస్సుమని నీటి తుంపర్లు పైకి లేచినట్లుగా ఒక్కసారిగా నీలోంచి వారిధారలు స్రవించి సంతోషం కలిగిస్తాయి. అది చూసి మిగిలిన జలజాయతాక్షులు ఒక్కొక్కళ్లే వచ్చి నిన్ను కొడుతూ ఆడుకుంటారు. వాళ్లకు వినోదాన్ని కలిగించే ఆటయే కాని నీ శరీరం తూట్లు పడిపోతుంది. పుష్టిగా ఉన్న నీవు కృశించి పోతావు. జలధారలు తగ్గిపోవటంతో 'నిర్గతం రసం' - నీరసం' అన్నట్లు నీటిబిందువులన్నీ బయటకు వస్తే రసహీనత ఏర్పడుతుంది. అప్పుడేమిటి నీ పరిస్థితి! ప్రమదల ప్రహారాల నుంచి విముక్తి లేదా!! వాళ్ల వినోదాలకు స్వస్తి చెప్పుకోవా! నీకో ఉపాయం చెపుతాను విను. ఉన్నట్లుండి ఒక్కసారిగా ఉరుములు మెరుపులతో వాళ్లను బెదిరించు చిలిపి చేష్టలెన్ని చేసినా అబలలే కదా! నీ అరువులకు దడుచుకుంటారు. నీ తీక్షణమైన చూపులు మెరుపులుగా మీదికొచ్చే సరికి భయపడి పారిపోతారు. ఇంతకంటే మరో మార్గం లేదయ్యా! వాళ్ల చిలిపిచేష్టల నుంచి తప్పించుకో!

66. కైలాసగిరిపై మేఘుడి విలాసక్రీడలు :

"హేమాంభోజ ప్రసవి సలిలం మానసస్సాదదానః
కుర్వన్ కామం క్షణముఖి పటప్రీతి మైరావతస్య ।
ధున్వన్ కల్పద్రుమ కిసలయా న్యంశుకాని స్వవాతైః
నానాచేష్టై ర్జలద లలితై ర్నిర్విశేస్తం నగేంద్రం ॥ " (1-66)

అనుజా పర్జన్యా! కైలాసగిరి నీకు మిత్రుడు. ఇప్పటిదాకా దేవకన్యల బారినపడి నీరస (నీళ్లు లేని) స్థితిని పొందావు. వాళ్లంచరూ నీతో ఆడుకోవటంతో అలసిపోయావు. ఇక నీకు బాధ లేదు. శ్రమ అనుకోకుండా కొంచెం దక్షిణం వైపుకు వెళ్లు. సహస్రదళ పద్మాలతో పరిమళాలు వెదజల్లుతూ మానససరోవరం దర్శనమిస్తుంది. ఒకప్పుడు ఈ సరోవరాన్ని రక్షించేవాడిని. శివపూజాదురంధరుడైన ధనాధిపతి కుబేరుడు శివపూజ ప్రారంభించే సమయానికి సహస్రదళ పద్మాలను తీసుకువెళ్లేవాడిని. ఇంతకుముందు చెప్పాను కదా! నేను చెసిన అపరాధం పూజ ప్రారంభించే సమయానికి మానససరోవర పుష్పాలను తీసుకువెళ్లకుండా నా ధర్మపత్ని విశాలాక్షి గుర్తుకు రాగానే ఇంటికి వెళ్లాను. ప్రభువుకు కోపం రాదా మరి! చేసిన పాపానికి ఫలితం పొందాను. కుబేర శాపానికి

గురియై రామగిర్యాశ్రమంలో సంవత్సర ప్రవాస శిక్ష అనుభవిస్తున్నాను కదా! సరే మళ్లీ జ్ఞాపకం చేసుకొని బాధపడటం దేనికి! నిన్ను బాధపెట్టటం దేనికి!

పితామహుడు మనస్సంకల్పంతో సృష్టించిన దివ్య సరోవరం మానసం. అదృష్టవంతుడివి, పార్వతీపరమేశ్వరులు పుణ్యస్నానం చేసే పవిత్రజలాలవి. కడుపు నిండా అమృతజలం స్వీకరించు. శక్తిమంతుడివవుతావు. సహస్రదళ పద్మాలకు నమస్కరించు. శివపూజకు వినియోగించబడే దివ్యపుష్పాలువి. సరస్తీరంలో ప్రశాంతంగా విశ్రమించు. మరోమాట. క్షీరసాగరంలో ఉద్భవించిన ఐరావతం మానససరోవరానికి వచ్చే వేళ, జాగ్రత్తగా గమనించు. ఒకవేళ దేవేంద్రుడే పార్వతీపరమేశ్వరుల దర్శనానికి అక్కడి వస్తాడు కూడా. ఐరావతం సరోవరంలో దిగేటప్పుడు భక్తి వినమ్రుడనై కుంభస్థలాన్ని స్పృశించు. చల్లటి నల్లటి నీ రూపం తన శిరస్సును స్పృశించగానే ఆనందిస్తుంది ఆ దివ్య దిగ్గజం. దిగ్గజ శిరస్సుపై అలంకరించబడిన దివ్య నీలవస్త్రంలా భాసిస్తావు. ఎంత సౌభాగ్యమది! ఆ ప్రక్కనే కల్పవృక్షాలు కనిపిస్తాయి చూడు. చల్లటి గాలిని వీస్తూ కల్పవృక్షాల యొక్క కిసలయములను (చిగురుటాకులను) నెమ్మదిగా కదిలించు. పట్టువస్త్రాలను కదిలించే విధంగా కనిపిస్తుంది. ఇంతెందుకు! ఆ శిఖరం మీద స్వేచ్ఛగా సంచరించు.

67. కుబేర రాజధాని అలకాపురీ వర్ణన :

తస్యోత్సంగే ప్రణయిన ఇవ స్రస్తగంగా దుకూలాం,
నత్వం దృష్ట్వా న పునరలకాం జ్ఞాస్యసే కామచారిన్ ।
యా నః కాలే వహతి సలిలోద్గారముచ్చైర్విమానా
ముక్తా జాలా గ్రథితమలకం కామినీ వాభ్ర బృందం ॥ (1-67)

కామచారీ వారిధరా! గమ్యం చేరబోతున్నావు. కైలాస శిఖరంమీద ఉన్నావు కదా! ఇంతకుముందే దర్శించావు కదా దివ్యమైన మానస సరోవరాన్ని! అల్లంతదూరాన కనిపిస్తోంది చూశావా! విశ్వకర్మ నిర్మిత విచిత్రపురి అలకాపురి, యక్షులకు రాజు కుబేరుడి రాజధానీ నగరమిది. బ్రహ్మ మానస పుత్రుడైన పులస్త్యబ్రహ్మ యొక్క మనుమడు, తపస్సు చేసి బ్రహ్మ యొక్క అనుగ్రహంతో ఉత్తర దిగ్భాగానికి అధిపతి అయ్యాడు. నిత్య శివపూజాదురంధరుడు, పరమేశ్వరాధన లేనిదే మంచి నీళ్లు కూడా ముట్టడు. పరమేశ్వరుని యొక్క పరమభక్తుడు. కైలాసగిరిని ప్రియుడిగా భావిస్తే అలకప్రియురాలవుతుంది. ఆ రెండింటికీ అవినాభావసంబంధం. బంగారు శిఖరాలతో ఎత్తైన ఏడంతస్తుల భవనాలవిగో!

ధనపతి దగ్గర ఉండేవాళ్లందరు ధనవంతులే కదా! హిమగిరి నుండి జారుతున్న గంగా ధారయే అలకాపురీ శ్వేత వస్త్రము. వెన్నెల వెలుగులో స్ఫటిక స్వచ్ఛతతో వెలిగిపోతున్నాయి. రమణీయ గృహాలు, అమృతధారలు నీ నుండి పడుతూంటే ముత్యాలహారాలతో ముంచెత్తినట్లుండే ఆరామాలు చైత్యాలు సభామండపాలు కళావేదికలు దివ్యమందిరాలు, అక్కడ నీ మిత్రులను దర్శించావా! అనేక మేఘాలు కైలాసగిరి అనే భర్త యొక్క బడిలో ఒదిగిపోయి కూర్చున్న ధర్మపత్ని అలకాంగనను దర్శించాలని వస్తాయి. ఇప్పుడు నీకు తెలిసే ఉంటుంది. అలకానగరి వైశిష్ట్యం. అక్కడివాడినే ప్రారబ్ధకర్మ ఫలితంగా ఇక్కడున్నాను నా గృహలక్ష్మికి నా క్షేమసమాచారాన్ని తెలియచేయమని నిన్ను ప్రార్థించాను. గమ్యస్థానం చేరుకుంటావు చాలా సంతోషం మిత్రమా! తదనంతర కర్తవ్య నిర్వహణకు సిద్ధం కావాలి.

పూర్వమేఘం ప్రథమ సర్గ సమాప్తం

ఉత్తరమేఘం - ద్వితీయసర్గ

1. అలకానగర భవన వైశిష్ట్యం :

"విద్యుద్వంతం లలిత వనితా స్సేంద్ర చాపం సచిత్రాః,
సంగీతాయ ప్రహత మురజాస్స్నిగ్ధ గంభీరఘోషం ।
అంతస్తోయం మణిమయభువ స్తుంగ మభ్రం లిహాగ్రాః
ప్రాసాదా స్త్వాం తులయితు మలం యత్ర తై స్సైర్విశేషైః ॥" (2-1)

సోదరా జలధరా! అలకాపురిలోని భవనాలు ఎలా ఆకర్షణీయంగా ఉంటాయి. ఎంత ఎత్తున నీ గగనసంచారం జరుగుతుందో అంత ఎత్తున కనిపిస్తుంటాయి. ఆ భవనాలు నీలోని మెరుపులు ఆ భవనాల్లోనూ ఉంటాయి. రత్నదీపాలు వరుసలుగా, అంతేకాదు. దేవకన్యలు ఆ భవన శిఖరాల్లో మెరుపుతీగల్లా తళుక్కుమంటూంటారు. ప్రతీ భవనంలోను సంగీత సాహిత్య సమ్మేళనాలుంటాయి. వాళ్ల వాద్యాలకు తగిన మృదంగ ధ్వనులు నీ ఉరుముల్లా ఉంటాయి. గంభీరమైన సామగానం వినబడుతూంటుంది. నీలో అంతర్గతంగా నీళ్లున్నట్లే అనిపిస్తుంది. చంద్రకాంతమణివేదికల మీద వాళ్లు కూర్చుంటారు. చంద్రిక (వెన్నెల) వాటి మీద ప్రసరించగానే తుషార బిందువులు ఏర్పడతాయి. ఆ దృశ్యం వర్ణనాతీతం. అలకాపురిలోని గుడిగోపురాలు కూడా ఉన్నతంగా ఉంటాయి. ప్రకృతి సౌందర్యం ఉట్టిపడుతూంటుంది. నీ నైగనిగ్యం అక్కడ ప్రతిబింబిస్తూంటుంది.

ధనపతి కదా కుబేరుడు. భవనాలన్నీ మణిమయాలే. సువర్ణమయములైన గోపురాలు కనువిందు చేస్తూంటాయి. సంగీత విభావరులు సాహిత్యగోష్ఠులలో అలకాపురీ భవనాలు, నీ వలెనే హృదయరంజకాలుగా దర్శనమిస్తాయి. నీవు వెళ్లలేని ప్రదేశాలు ఉండవు కదా! ఆ భవనాలన్నీ దర్శిస్తే నీకూ వాటికీ ఉన్న పోలిక స్పష్టమవుతుంది.

2. అలకాపురీ అంగనల పుష్పాలంకరణలు :

"హస్తే లీలా కమలమలకే బాలకుందాను విద్ధం,
నీతా లోధ్ర ప్రసవ రజసా పాండుతామాననే శ్రీః ।
చూడాపాశే నవకురవకం చారు కర్ణే శిరీషం,
సీమంతే చ త్వదుపగమజం యత్రదీపం వధూనాం ॥" **(2-2)**

మిత్రమా! వారిముచా! అలకాపురిలో అన్ని ఋతువులు ధర్మాలననుగ్రహిస్తాయి. కారణం అది దివ్యలోకం అక్కడ ఉండేవాళ్లు దేవ జాతీయులు. అందుచేత ఋతుధర్మాల ననుసరించి వివిధ పుష్పాలు, వివిధ ఫలాలు, అనేక పుష్పాలు అందరికీ లభిస్తాయి. అలకాపురీ అంగనలు మణిమయభూషణాలను అలంకరించుకోరు. ప్రకృతి సిద్ధములైన పూలమాలలను అలంకరించుకుంటారు. శరదృతువులా అందంగా కనిపించే పద్మాలను చేతులకు అలంకరించుకొని ఉద్యానవనాలకు వస్తారు. హేమంతర్తువులో విరిసే మల్లెమొగ్గ లను ముంగురులపై అలంకరించుకుంటారు. శిశిరర్తువులో దొరికే లోధ్రపుష్పాల (లొద్దుగ పూల) యొక్క లేత ఎరుపులో పరిమళించే పరాగాన్ని (పౌడర్) ముఖానికి అద్దుకుంటారు. తళుకులతో ప్రకాశిస్తున్నట్లుంటుంది. వసంతర్తువులో పూచే కురవక (గోరింట) పుష్పాలను జడల్లో అలంకరించుకుంటారు. గ్రీష్మర్తువులో లభించే శిరీష (దిరిసెన) పుష్పాలను కర్ణాభరణాలుగా అలంకరించుకుంటారు.నీ రాకను పురస్కరించుకొని వర్షర్తువు ప్రారంభంలో కదంబ (కడిమె) పుష్పాలను కంకణాలుగా ధరిస్తారు. అలా ఆరు ఋతువులకు సంబంధించిన పుష్పాలు సర్వదా అలంకరించుకొని గృహోపరిభాగాలలో (మేడలమీద) ఒయ్యారంగా తిరుగుతూంటారు. అలకాపురాంగనల వైభవముతో ఆకర్షణీయంగా ఉంటుంది ఆ నగరం.

3. అలకాపురీ వైభవ వర్ణన :

"యత్రోన్మత్త భ్రమర ముఖరాః పాదపా నిత్య పుష్పాః
హంసశ్రేణీ రచిత రశనా నిత్య పద్మా నళిన్యః ।

కేకోత్కంఠా భవనశిఖినో నిత్య భాస్వత్కలాపాః,
నిత్యజ్యోత్స్నాః ప్రతిహతతమో వృత్తిరమ్యాః ప్రదోషాః ॥" (2-3)

సోదరా వారిధరా! అలకాపురి విశ్వకర్మచేత నిర్మించబడటం వలన సర్వర్తువులూ శోభిస్తూ ఉంటాయి. ఎప్పుడూ వికసించిన పుష్పాలే కనిపిస్తాయి. మకరందబిందువులతో నిండి ఉంటాయి. మధుపాలు వాటిచుట్టూ తిరుగుతూ ఆ తేనెను స్వీకరిస్తూంటాయి. సరోవరాలు పద్మమాలికలతో కళకళలాడుతుంటాయి. హంసలబారులు సరోవరాలకు కటిసూత్రాల్లా (మొలతాళ్లవలె) కనిపిస్తాయి. పద్మాలపై భ్రమరాలు తిరుగుతూంటే, తెల్లటి హంసలు శ్రేణీబద్ధములై (వరుసలలో) సరోవరాల్లో తిరగటం అద్భుతమైన దృశ్యం. భవన ప్రాంగణాల్లో మత్తమయూరాలు (నెమళ్లు) పంచవర్ణ పింఛాలను విప్పి నాట్యం చేస్తూంటాయి. అంతా శుక్లపక్షమే. పరమేశ్వర జటాజూటంపై ప్రకాశించే చంద్రుడు వెన్నెల పరిపూర్ణంగా ప్రసరించటంతో ప్రదోషాలు అందంగా భాసిస్తాయి. చీకట్లు ఎక్కడా ఉండవు. భవనాల్లో రత్నదీపాలు ప్రకాశిస్తూండగా ప్రాంగణాల్లోను రాజమార్గాల్లోనూ అంతటా పరిపూర్ణమైన చంద్రిక (వెన్నెల) ప్రకాశమానమవుతుంది. ఎప్పుడూ వెలుగే కాంతి భగవత్ స్వరూపం. అది దేవలోకం కదా! పగలు సూర్యకాంతి, రాత్రి చంద్రకాంతి ప్రసరిస్తూనే ఉంటాయి. అద్భుతమైన అలకాపురిని దర్శించు, ఆ వైభవాన్ని తిలకించు.

4. అలకాపురిలోని ఆనందజీవనం :

"ఆనందోత్థం నయనసలిలం యత్ర నాన్యైర్నిమిత్తైః
నాన్యస్తాపః కుసుమశరజాదిష్ట సంయోగ సాధ్యాత్ ।
నాప్యన్యస్మాత్ ప్రణయకలహాద్విప్రయోగోపపత్తిః
విత్తేశానాం న చఖలు వయో యౌవనాదన్యదస్తి ॥" (2-4)

మిత్రమా వారిధరా! యక్షుల నగరం అలకానగరం, వాళ్లందరూ ధనపతులే. అన్నిటికీ ధనమే కదా ఆధారం, 'ధనమూల మిదం జగత్! అందరూ ఈశ్వరాధకులే. ఆ స్వామి అనుగ్రహంతో అందరికీ ఐశ్వర్యయోగం కలిగింది. వారందరూ త్రిదశులే. బాల్య కౌమారయౌవన దశలే తప్ప మానవులకున్నట్లుగా నాల్గవదశ వృద్ధాప్యం వాళ్లకు ఉండదు. భోగభాగ్యాలకు పుట్టినిల్లు అలకాపురి. దుఃఖమంటే ఏమిటో తెలియనివాళ్లే వాళ్లందరూ. కాని వాళ్ల కళ్లల్లో ఆ కన్నీళ్లేమిటి? ఆనందప్రేయసుల విరహంతో ప్రియులకు కలిగే

వియోగానంతరం వారి సంయోగానికి ముందు ఆనందంతో ఏర్పడిన కన్నీరే అది. ఆ యక్ష దంపతుల మధ్య ప్రణయకలహం ఏర్పడటంతో కొంత ఎడబాటు కలిగింది. విప్రలంభ శృంగారమే అక్కడ కనిపిస్తుంది. అందరూ యువతీయువకులే. అలాంటిది అలకాపురిలోని ఆనందజీవనం. నిత్యయౌవనులైన ఆ యక్షులనందరినీ దర్శించి ఆనందించు సోదరా!

5. అలకాపురీ సుందరీమణుల విలాసవైభవం :

"మందాకిన్యా స్సలిల శిశిరై స్సేవ్యమానా మరుద్భిః
మందారాణా మనుతటరుహాం ఛాయయా వారితోష్ణాః ।
అన్వేష్టవ్యైః కనక సికతా ముష్టి విక్షేపగూఢైః
సంక్రీడంతే మణిభిరమర ప్రార్థితా యత్రకన్యాః ॥ **(2-5)**

అనుజా పర్జన్యా! మందాకిని, ఆకాశగంగగా దివిలో ప్రవహించి వారిని పవిత్రులను చేస్తుంది. భాగీరథీనదిగా మానవలోకాన్ని తరింపజేస్తుంది. భోగవతీ వాహినిగా పాతాళ వాసులను పావనం చేస్తుంది. ఆ మందాకినీ తీరంలో మందారవృక్షాలు సమృద్ధిగా ఉన్నాయి. మందారం, పారిజాతం, సంతానం, హరిచందనం కల్పవృక్షం. ఈ అయిదు దేవతావృక్షాలు. అలకాపురిలో దేవవృక్షవనాలున్నాయి. మందాకినీ నదీతీరాలలోని ఇసుక పచ్చగా బంగారుపొడిలా భాసిస్తుంది. యక్షకన్యలు గొప్ప సౌందర్యవతులు విలాసవతులు, ఆ ప్రదేశాలలో విహరిస్తారు. స్వేచ్ఛగా, తిరిగి తిరిగి వాలుకాక్రీడలతో తన్మయులవుతారు. వాలుకా క్రీడలెంత బాగుంటాయో తెలుసా! మందారవృక్షాల నీడలో యక్షిణులు కూర్చుంటారు. వాలుకా అంటే ఇసుక తిప్ప. ఆ యువతులు ఇసుకను గోపురాలుగా పేర్చి వాటిని మణిగృహాలుగా భావిస్తారు. అమూల్యమైన మణి. రత్నాలను క్రీడలకుపయోగిస్తారు. వారిలో ఒక నాయిక ఒక మణిని అక్కడ తయారు చేసిన ఇసుక గోపురాలలో ఒకదానిలో దాస్తుంది. ఎవరికీ తెలియకుండా వాలుకా శిఖరంలో ఉంచినప్పుడు, మిగిలిన వాళ్లు దానిని తెలుసుకోవాలి. ఏ గోపురంలో మణి ఉన్నదో తెలుసుకున్నవారు వాలుకా క్రీడలో గెలిచినట్లవుతుంది. ఆ క్రీడలలో అలసి సొలసి చిరు చెమటతో మందారవృక్ష చ్ఛాయలలో సేద తీరుతారు. ఆ సమయంలో గిరులపై నుండి ఝరులు జారుతూండగా నీటి చుక్కలతో చల్లటి గాలి పారిజాతపుష్పాల సుగంధంతో కలిసి వీస్తూ ఆ యక్షిణుల శ్రమను పోగొడు తుంది. అద్భుత సన్నివేశమది. చిరుజల్లుతో వారికి ఆనందాన్ని కలిగించు.

6. అలకాపురిలోని యక్షుల భోగభాగ్యాలు :

"యస్యాం యక్షా స్సితమణి మయాన్యేత్య హర్మ్యస్థలాని,
జ్యోతిశ్ఛాయా కుసుమ మరచితా న్యుత్తమస్త్రీ సహాయాః ।
ఆసేవంతే మధురతిఫలం కల్పవృక్ష ప్రసూతం,
త్వద్గంభీర ధ్వనిషు శవకైః పుష్పలేరేష్వాహతేషు ॥" **(2-6)**

జలదా! కుబేరుడి రాజధానీ నగరంలో యక్షులందరు ఆనందమయ జీవనం సాగిస్తారు. భోగలాలసులు, అలకాపురి భోగపురిగా ప్రసిద్ధి పొందింది. లలిత కళలలో నిష్ణాతులు యక్షిణీయక్షులు. స్ఫటికమణి నిర్మితాలు వారి భవనాలు. పై అంతస్తులలో చంద్రకాంతమణి వేదికలుంటాయి. రాత్రి సమయంలో వాటిపై నక్షత్రాలు ప్రతిబింబి స్తూంటాయి. చంద్రకిరణాలు ప్రసరించగానే చల్లగా మారిపోతాయి. ఆ వేదికలు వెలుగులు విరజిమ్ముతాయి. యక్షిణులు గానం చేస్తూంటారు. యక్షులు వీణా వేణు మృదంగాలను మ్రోగిస్తూంటారు. ఆనందడోలికలలో తన్మయులై రాగాలాపనలో మునిగిపోతారు. యక్షకన్యలు తదనుగుణంగా నాట్యం చేస్తారు. వారికి మరో లోకం లేదు. అమృతమయ జీవనులు. యక్ష దంపతులు చంద్రోదయంతో ప్రేయసీప్రియుల సముదాయాలతో నిండిపోతాయి వేదికలు. అలకాపురీ యామినీ వైభవం మరెక్కడా కనిపించదు. అమరావతి లోని నందనములో కుబేరుడి ఉద్యానం చైత్రరథం పగలంతా రమణీమణులతో రమణులతో నిండిపోతుంది. యామినీ (రాత్రి) సమయమయ్యేటప్పటికి కామినీ కాముకులు. శృంగార మందిరాల్లో చేరతారు. వారి కౌగిలింతలకు విరామం ఉండదు. అప్పుడప్పుడూ చంద్రిక (వెన్నెల)కు నీవు అడ్డు వస్తే చంద్రకాంతశిలలు ద్రవించవు. నీవు ఒక చోట ఉండవు. నీ కదలికలలో చంద్రకిరణాలకు నీ వల్ల ఆటంకం కలుగనపుడు, భవనాల మీది చంద్రకాంత వేదికలు చల్లగా హిమబిందువులతో నిండిపోతాయి. అప్పుడు ప్రేయసీప్రియులు అక్కడికి వచ్చి విరామం తీసుకుంటారు. సరస సల్లాపాలు సాగిస్తారు. అలకాపురి రాత్రివేళ అంత వైభవం సంతరించుకుంటుంది.

7. అలకాపురీ యక్షుల భోగముల వైభవం :

"నీవీ బంధో చ్ఛ్వసిత శిథిలం యత్ర బింబాధరాణాం,
క్షౌమం రాగాదవిభృత కరేష్వాక్షిపత్స్రప్రియేషు ।
అర్చిస్తుంగా నభిముఖమపి ప్రాప్యరత్నప్రదీపాన్,
హ్రీమూఢానాం భవతి విఫల ప్రేరణా చూర్ణముష్టిః ॥" **(2-7)**

మిత్రమా జలముచా! అలకాపురిలోని ప్రేయసీప్రియులు, సతీపతులు, యువతీ యువకులు అందరూ రసిక ప్రియులు శృంగారప్రియులు, రతీమన్మథులా అన్నట్లు ఉద్యానాల్లోను అంతఃపురాల్లోను భవనాలపై భాగాల్లోను, అభ్యంతర మందిరాల్లోను స్వేచ్ఛావిహారం చేస్తూంటారు.

వాళ్ల భవనాల్లో మణిదీపాలుంటాయి. రాత్రివేళల్లో కామినీకాముకులు కేళీ విలాసమందిరాల్లోకి చేరతారు. మణిదీపాల వెలుగులు, హంసతూలికా తల్పాలు, సుగంధ పరిమళాలు అన్నీ ప్రేయసీప్రియులకు భావోద్వేగాన్ని కలిగించేవే. కామోద్దీపనములైన మల్లెపూల పాన్పులు, పాలనురుగులాంటి పట్టు వస్త్రాలు చంపక పుష్ప సౌరభాలు, అగరు వత్తులు గుబాళింపులు, మధుపాన పాత్రికలు మొదలైన వాటి మధ్య ప్రియులు దగ్గరకు వస్తూండగా ప్రేయసీమణుల పట్టుచీరలు జారుతుండగా, ఆ మాత్రం ఆలస్యం కూడా సహించలేక కాముకులు కామినీమణుల వస్త్రాలను తీయబోతున్నారట. ఆ భామినులు సిగ్గుపడి దీపాలార్పటానికి కుంకుమపొడిని పిడికిళ్లతో దీపాలవైపు విసురుతున్నారట. మణిదీపాలు ఆరవు కదా! వాళ్ల ప్రయత్నాలు విఫలమయ్యాయట. ఇక చేసేది లేక వజ్రాల హారాలు, రత్న కంకణాలు, మువ్వల వెండి నూపురాలు నవరత్నాంగుళీయకాలతో వధూమణులందరూ వరుల కౌగిళ్లలో ఒదిగిపోయారట. అదీ ఆ ధనపతుల వైభవం, వైభోగం.

8. అలకాపురీ యామినీ వైభవం :

"యత్రస్త్రీణాం ప్రియతమ భుజోచ్ఛ్వాసితాలింగితానాం,
అంగగ్లానిం సురతజనితాం తంతుజాలావలంబాః ।
త్వత్సం దోధా పగమవిశదై శ్చంద్ర పాదై ర్నిశీథే,
వ్యాలుంపంతి స్ఫుటజలలవ స్యందినశ్చంద్ర కాంతాః ॥" (2-8)

సోదరా ధారాధరా! అలకాపురీ భవనాలు సతీపతుల రాగరంజితాలు, వినోదశాలలు, విలాసమందిరాలు, శృంగారమందిరాలు, ముత్యాలశాలలు, చంద్రకాంతశాలలు స్ఫటిక వేదికలు, జాతరూప మణిమయ మండపాలు అన్నీ కూడా అద్భుతాలే. రాజహంసలు ఆ బావిలో విహరిస్తూ నిన్ను చూడగానే ఎంతో ఆనందిస్తాయి. వర్షారంభమైనా కూడా మానస సరోవరానికి వెళ్లనే వెళ్లవు. మా ఇంటికి వచ్చిన హంసలు మాపై ఇష్టంతో అక్కడే ఉండిపోతాయి.

9. అలకా హర్మ్య సముదాయాల్లో మేఘుడి ప్రవేశం :

"నేత్రా నీతా స్సతతగతినా యద్విమానాగ్ర భూమీః
ఆలేఖ్యానాం స్వజల కణికా దోషముత్పాద్య సద్యః ।
శంకా స్పృష్టా ఇవ జలముచ స్త్వా దృశో జాలమార్గైః
ధూమోద్గారానుకృతి నిపుణా జర్జరా నిష్పతంతి ॥" (2-9)

అనుజా! జలముచా! అలకానగరంలో ఏడంతస్తుల భవనాలెన్నో ఉన్నాయి. అంతస్తులన్నిటిలోను చిత్రవిచిత్ర అలంకారాలు కుడ్య చిత్రాలున్నాయి. పై అంతస్తులోని గోడల మీది చిత్రాలన్నీ, నీలాంటి జలముచుల (నీటిని విడిచే మేఘాల) వాయువు చేత ప్రేరేపించబడి, తుషారబిందువులను (మంచుముక్కలను) విడిచిపెట్టటం వల్ల, రూపరేఖలు లేకుండా పోయాయి. అవి చేసిన అపరాధం ధనపతులగు యక్షులకు కోపాన్ని కలిగిస్తుంది కదా! అందుచేత ఆ జలదములన్నీ ప్రక్కల నున్న కిటికీల నుండి పాకుతూ వెళ్లిపోతాయి. పొగరూపంలో నీరు లేని మేఘాలు ధూమరూపం పొందుతాయి కదా! చూశావా! నీ సౌజన్యం వాటికెలా వస్తుంది. అందుకే యక్షులు నిన్ను గౌరవిస్తారు.

10. అలకాపురిలోని ధనపతుల విలాసవైభవం :

'అక్షయ్యాంతర్భవన విధయః ప్రత్యహం రక్తకంఠైః
ఉద్గాయద్భి ర్ధనపతి యశః కిన్నరైర్యత్ర సార్ధం ।
వైభ్రాజాఖ్యం విబుధకవితా వారముఖ్యా స్సహాయాః
బద్ధాభాసా బహిరుపవనం కామినో నిర్విశంతి ॥" (2-10)

వారిదా! అలకాపురిలోని అంతర్భవనాల్లో అంటే భవనాల లోపలి భాగాల్లో ధనపతుల సంపదలెన్నో ఉంటాయి. ప్రభువు ధనదుడు అంటే ధనాన్నిచ్చేవాడు. ప్రజలు ధనహీనులెందు కవుతారు! మాణిక్యాలొక గదిలో, ముత్యాలు మరో గదిలో, పగడాలు ప్రక్క గదిలో, మరకతాలు మరో ప్రక్క గదిలో, పుష్యరాగాలు పై అంతస్తులో, వజ్రాలు కింది అంతస్తులో, ఇంద్రనీలాలు భూగృహంలో గోమేధికాలు మూడవ అంతస్తులో, వైఢూర్యాలు నాల్గవ అంతస్తులో దాచారట. బంగారు నాణాలు అయిదవ అంతస్తులోను అష్టసిద్ధులు, నవనిధులు అక్షయంగా ఉంటాయక్కడ. పులస్త్య బ్రహ్మ మనుమడు కదా కుబేరుడు, బ్రహ్మను గురించి తపస్సు చేసి ధనవంతుడయ్యాడు ఉత్తర దిక్కుకు అధిపతి అయ్యాడు. ఈశ్వరుని ఆరాధించి ఐశ్వర్యం (ఆధిపత్యం) పొందాడు. అతని ఏలుబడిలో యక్షులందరూ తపోధనులే. అలకాపురి అంతర్భాగంలో చైత్రరథమనే ఉద్యానవనం, బహిర్భాగంలో వైభ్రాజమనే

ఉద్యానవనం విశిష్టములైనవి. ఇంకా ఎన్నో ఉపవనాలున్నాయి. వైభ్రాజోద్యానంలో కిన్నరుల జంటలు కుబేరుడి కీర్తిని గానం చేస్తూంటారు. అప్సరః కాంతలు పాటలకనుగుణంగా నాట్యం చేస్తారు. మధురమైన గానాలు, వీనులవిందుగా వినిపిస్తూంటాయి. యక్షులు తన్మయత్వంతో తమ ప్రభువు యొక్క యశోగీతికలు వింటారు. సౌందర్యం రూపుదిద్దు కున్నట్లుగా అప్సరఃకాంతలు కనులవిందుగా నాట్యప్రదర్శనలిస్తూండగా ఆనందంతో చూస్తారు.

11. అలకాపురిలోని అభిసారికల వైశిష్ట్యం :

> "గత్యుత్కంపా దలక పతితై ర్యత్ర మందారపుష్పైః
> పత్రచ్ఛేదైః కనక కమలైః కర్ణవిభ్రంశిభిశ్చ ।
> ముక్తాజాలై స్స్తన పరిసర చ్ఛిన్న సూత్రైశ్చహారైః
> నైశో మార్గ స్సవితు రుదయే సూచ్యతే కామినీనాం ॥" **(2-11)**

మిత్రమా పర్జన్యా! అలకానగరంలోని అభిసారికలు అంటే ప్రియుల దగ్గరకు వెళ్ళే ప్రేయసులు, మందార పుష్పాలను తలపై అలంకరించుకుంటారు. ముత్యాల హారాలు ధరిస్తారు. బంగారు పద్మాల్లాంటి కుండలాలు ధగధగలాడుతూంటాయి. పరిమళభరితములైన మైపూతలతో గుబాళిస్తారు. చీకటి పడి వెన్నెల విరబూస్తుంది. ప్రియులు సంకేత స్థలాలకు రమ్మంటారు. ఎవ్వరూ చూడకుండా రహస్యమార్గాల్లో వెళతారు. వడివడిగా ఒయ్యారా లొలకబోస్తూ గమ్యస్థానాలకు చేరతారు. రాత్రంతా శృంగార క్రీడలు సరస సల్లాపాలు మళ్ళీ బ్రాహ్మీ ముహూర్తంలో తమ భవనాలకు చేరతారు. అలా వాళ్లు రహస్యమార్గాల్లో ఎవరికీ తెలియకుండా వెళ్లేటప్పుడు, మందారపూలు కింద పడతాయి. సువర్ణ కర్ణాభరణాలు జారిపడిపోతాయి. వక్షస్థలంపై అటూ ఇటూ పడుతూ ముత్యాల హారాలు తెగి ముత్యాలు ఆ దారిలో పడుతూంటాయి. వెళ్లే హడావుడిలో గమనించరు. వచ్చేటప్పుడూ అంతే. ఎవరైనా చూస్తారేమో అని కంగారుపడుతూ వస్తారు. ఆ సమయంలో యక్షులు శివాభిషేకాలకు పంచామృతాలు తీసుకొని మానససరోవరంలోని సహస్రదళపద్మాలను పూలబుట్టలో పెట్టుకొని వెళుతూంటారు. సూర్యోదయమయ్యేటప్పటికి అభిసారికల గమనాగమనాలను మందారపూలు, కుండలాలు, ముత్యాలు వీటి ద్వారా గుర్తిస్తారు. అయినప్పటికీ అభిసారికలు ఎవరినీ పట్టించుకోరు 'కామాతురాణాం నభయం న లజ్జా' కామాతురులకు, భయం, సిగ్గూ ఉండవు. అని శాస్త్రం చెపుతోంది కదా!

12. అలకానగరంలోని యక్షిణుల వైశిష్ట్యం :

"మత్వాదేవం ధనపతి సఖం యత్ర సాక్షాద్వసంతం,
ప్రాయశ్చాపం న పహతి భయాత్ మన్మధ ష్షట్పదజ్యం ।
సభ్రూభంగ ప్రహితనయనైః కామిలక్ష్యే ష్వమోఘైః
తస్యారంభశ్చతుర వనితా విభ్రమైరేవ సిద్ధః ॥" (2-12)

సోదరా! అంబుదా! హిమగిరి శ్రేణులకు ఉత్తరాన కైలాసమున్నది. దక్షిణభాగాన మానససరోవరమున్నది. మధ్యభాగంలో కైలాస సమీపంలో అలకాపురి. ధనదుడైన కుబేరుడు పరమేశ్వరునికి పరమభక్తుడు. శంకరుడు కుబేరుడిని. ప్రియసఖుడుగా భావిస్తాడు. అందుచేతనే మన్మథుడు ఎక్కడైనా ఇక్షుచాపంతో పుష్పబాణాలు ప్రయోగించి ప్రేయసీ ప్రియులను కామపరవశులను చేస్తాడు. కాని అలకాపురీ యువతీయువకులపై అస్త్ర ప్రయోగం చెయ్యడు. పరమేశ్వరుడి రౌద్ర ఫలితం అనుభవించాడు కదా!! ఈశ్వరుడు ఇచ్చిన అధికారాన్ని ఆయన పైననే ప్రయోగించి అధికార దుర్వినియోగానికి పాల్పడ్డాడు. హైమవతిపై త్రినేత్రుడికి మోహం కల్పించటానికి దేవరాజు సూచనపై పుష్పబాణం వేయటంతో ఆ స్వామి యొక్క జ్వాలానేత్రాగ్ని జ్వాలలకు భస్మీభూతుడయ్యాడు. రతీదేవి ప్రార్ధించిన మీదట పార్వతీ పరమేశ్వర పరిణయవేళ అశరీరుడై జీవించాడు. ఆ భయం ఉన్నది కనుకనే కైలాసం ప్రక్కనే ఉన్న అలకాపురిలోని కామినీ కాముకులపై సుమబాణాలను ప్రయోగించడు. అయినప్పటికీ యక్షిణులు చతురవచో విలాసినులు భ్రూవిక్షేపాదులతో (కనుబొమల కదలికలతో) ప్రియులను, నాథులకు ప్రేమసందేశాలు పంపుతారు. కామినీ కాముకులు పరస్పర ప్రేమ దృక్కులతో హావభావాలతో క్రీగంటి చూపులతో కటాక్ష వీక్షణాలతో పరస్పరాకర్షణకు లోనవుతున్నారంటే అది ప్రసూనశరప్రభావం కాదు. మన్మథుడి చాపానికి తుమ్మెదల బారు అల్లెత్రాడు. దాని ప్రభావమూ కాదు. కేవలం యక్షిణుల సౌందర్య విశేషమే.

13. అలకాంగనల సౌందర్య విశేషానికి కల్పవృక్ష ప్రాధాన్యం :

"వాసశ్చిత్రం మదు నయనయో ర్విభ్రమాదేశ దక్షం,
పుష్పోద్భేదం సహ కిసలయై ర్భూషణానాం వికల్పాన్ ।
లాక్షారాగం చరణ కమల న్యాసయోగ్యం చ యస్యాం,
ఏకస్సూతే సకలమబలా మండనం కల్పవృక్షః" (2-13)

పర్జన్యా! అలకాపురిలో యక్షిణులు అలంకారప్రియలు. వాళ్లకు కావలసిన అలంకారాలన్నిటినీ కల్పవృక్షమే అనుగ్రహిస్తుంది. అప్రయత్నంగా వారికి లభ్యమవుతాయి సౌందర్యసాధన విశేషాలు. కల్పవృక్ష చ్ఛాయలో కూర్చుంటారు ప్రమదలందరూ. కొందరికి అంగరాగాలు, కొందరికి ద్రాక్షారసం, కొందరికి సుగంధ ద్రవ్యాలు, మరికొందరికి లేపనాలు, కొంతమందికి అమూల్య వస్త్రాలు, అమూల్యములైన ఆభరణాలు, రత్నాంగులీ యకాలు, శిరోరత్నాలు, భుజకీర్తులు, కేశాభరణాలు, కంఠాభరణాలు, రత్నకంకణాలు ఎన్నో అనుగ్రహిస్తుంది. దివ్యవృక్షం, ఎవ్వరూ ఏదీ అడగనక్కరలేదు. అక్కడికి వెళ్లి నమస్కరిస్తే చాలు ఎవరి సౌందర్యానికి ఏవి అవసరములైనవో వాటిని కల్పద్రుమం అనుగ్రహిస్తుంది. కటిసూత్రాలు (మొలతాళ్లు), ఓడ్యాణాలు (వడ్డాణాలు) కంకణాలు, నూపురాలు, పరిమళభరిత పుష్పమాలలు, పుష్పగుచ్ఛాలు, దండకడియాలు, కురవక లేపనాలు (గోరింటపొడి) చంద్రకాంత మాణిక్యాలు, మయూర నీలాలు వాటితో కూడిన హారాలు, చేతులకు పాదాలకు లేపనాలు, శరీరానికి మైపూతలన్నింటినీ యక్షాంగనలు కల్పద్రుమానుగ్రహంతో పొందుతారు ఉపయోగించుకుంటారు.

14. అలకాపురిలోని హేమమాలి (యక్షుడి) భవన వైభవం :

"తత్రాగారం ధనపతిగృహాన్ ఉత్తరేణాస్మదీయం,
దూరాల్లక్ష్యం సురపతిధనుశ్చారుణా తోరణేన ।
యస్యోపాంతే కృతకతనయః కాంతయా వర్ధితో మే,
హస్త ప్రాప్య స్తబక నమితో బాలమందార వృక్షః ॥" **(1-14)**

అనుజా జలముచా! ఇప్పుడు గమ్యం చేరబోతున్నావు. అదుగో చూడు! అల్లంత దూరంలో ఏడంతస్తుల మేడ తెల్లగా మెరుస్తూ కనిపిస్తుంది. అదే మా ప్రభువు కుబేరుడి నివాసం. మహోన్నత రాజప్రాసాదమది, చుట్టూ ఉద్యానాలు క్రీడా సరోవరాలు ఉంటాయి. దాని ప్రక్కనే రాణివాసం అందమైన భవన సముదాయం. ఆయన కుమారులు నలకూబరుడు, మణిగ్రీవుడు వారి భవనాలు మరో ప్రక్కన. ఆ భవనాలకు సైనికుల ఆ రక్షణ. ముందుభాగంలో పుష్పకవిమానం. నమక చమక మంత్రాలు వినిపిస్తూంటాయి. నిరంతరం 'ఓం నమశ్శివాయై చ నమశ్శివాయ' 'పార్వతీ పరమేశ్వరులకు నమస్కారం' అనే మంత్రం ప్రతిధ్వనిస్తూంటుంది. ఆ ప్రభువుకు ఆంతరంగిక సేవకుడిని కనుక రాజభవనానికి ఉత్తరభాగంలో మా భవనం ఉన్నది. సులభంగా గుర్తుపట్టవచ్చు. ఎత్తైన ప్రాకారం తోరణాలతో పచ్చగా కనిపిస్తుంది. రకరకాల శిల్పాలు కనువిందు చేస్తూంటాయి.

ప్రాకారకుడ్యాల (గోడల) పైన ప్రధాన ద్వారం ముందు విశాలమైన సింహద్వారమున్నది. దానికి అటూ ఇటూ మణిదీపస్తంభాలుంటాయి. ఇంద్రధనుస్సులా సప్తవర్ణశోభిత తోరణం ఆకర్షణీయంగా కనిపిస్తుంది. ప్రధాన ద్వారానికి ముందు అటూ ఇటూ నా ధర్మపత్ని విశాలాక్షి ప్రేమతో పెంచిన బాలమందార వృక్షాలుంటాయి. నా ప్రవాసానికి ముందే మొగ్గలు విస్తారంగా ఉండేవి. ఇప్పుడు వికసించిన మందార పుష్పాలు చూపరులను ఆకట్టుకుంటూ కనిపిస్తాయి. అతిథులకు అభ్యాగతులకు స్వాగతం పలుకుతాయి. కొమ్మలపై కోకిలల కూజితాలతో. ఆ గృహిణి కన్నబిడ్డల్లా ఆ పూలమొక్కలను పెంచుతుంది. వాటిని చూడకుండా క్షణం కూడా ఉండలేదు. చేతికి అందేటంత ఎత్తున మందార కుసుమాలు కనువిందు చేస్తాయి.

15. హేమమాలి భవన విశేషవర్ణన :

"వాపీ చాస్మిన్ మరకతశిలా బద్ధ సోపాన మార్గా
హైమైశ్ఛన్నా వికచ కమలైః స్నిగ్ధ వైదూర్య నాళైః
యస్యాస్తోయే కృతవసతయో మానసం సన్నికృష్టం,
నాధ్యాస్యంతి వ్యపగత శుచ స్త్వామపి ప్రేక్ష్యహంసాః ॥" **(2-15)**

మిత్రమా వారిధరా! ఆ భవనంలో ఈశాన్య భాగాన ఒక దిగుడు బావి ఉంటుంది. సులభంగా గుర్తుపట్టటానికి ఈ విషయాలు చెపుతున్నాను. ఆ దిగుడుబావికి చుట్టూ మరకతమణులతో మెట్లు కట్టించాను. మానససరోవరంలో నివసించే హంసలు మాయింటికి వస్తాయి. నిర్మలమైన వాపీజలాలలో విహరిస్తాయి. మళ్లీ వర్షాకాలం వచ్చేటప్పటికి మానస సరోవరానికి వెళతాయి. ఆ దిగుడు బావిలో స్వర్ణ సహస్ర కమలాలుంటాయి. మా యింట్లో పరమేశ్వరార్చనకు వాటినే ఉపయోగిస్తాము. తామరపూల కోసం పండు వెన్నెలలో దివ్య వృక్షాల దగ్గరకు వెళతాయి. మందారమకరందాన్ని స్వేచ్ఛగా సేవిస్తాయి. ఆ సమయంలోనే ఉరుములు లయబద్ధంగా వినిపిస్తూ ఆనందం కలిగిస్తుండగా మందాకిని తీర సైకత శ్రేణులలో (ఇసుకతిప్పలలో) విహరిస్తుంటాయి. దివ్యలు కనుక వాటి జీవనం కూడా దివ్యమే.

16. దిగుడుబావికి ప్రక్కన క్రీడాగిరి వైశిష్ట్యం :

"తస్యాస్తీరే రచిత శిఖరః పేశలైరింద్రనీలైః
క్రీడాశైలః కనక కదలీ వేష్టన ప్రేక్షణీయః ।

మద్గేహిన్యాః ప్రియ ఇతి నఖే చేతసా కాతరేణ,
ప్రేక్ష్యో పాంత స్ఫురిత తడితం త్వాం తమేవ స్మరామి ॥ (2-16)

సోదరా! మరో గుర్తు చెపుతున్నాను విను. ఆ బావి ప్రక్కనే చిన్న కొండ ఉన్నది. దానిని క్రీడాశైలమంటారు. అలకాపురిలో అన్ని భవనాలకూ ఉండవు ఇలాంటివి. ప్రభువుకు ఆంతరంగిక సేవకుడినవటం వల్ల ఆయన అనుగ్రహించటం వలననే ఈ చిన్న కొండ మాకు లభించింది. ఆ విహారశైలం ఇంద్రనీలమాణిక్యాల రాశిలా కనిపిస్తుంది. దానిచుట్టూ బంగారు అరటిచెట్లుంటాయి. మా ఇంటి దీపం రోజుకొక్కసారైనా ఆ కొండను చూడకుండా ఉండలేదు. పగలంతా ఇంటి పనులతో అలసిపోయి సాయంకాలం అరటిచెట్ల మధ్య ఆ కొండ మీద కూర్చుని విశ్రాంతి తీసుకుంటుంది మా గృహిణి. చుట్టూ మెరుపులతో వెలిగిపోతూ నీలాంబరధరుడివైన నిన్ను చూస్తే ఈ స్వర్ణకదళీ పరివేష్టిత క్రీడాశైలమే నాకు జ్ఞాపకం వస్తుంది. నిన్ను చూస్తున్నప్పుడల్లా నా మనస్సులో ఆ కొండను, దానిని చూస్తున్న నా అర్ధాంగిని చూస్తున్నట్లుగా దృశ్యం మెదులుతుంది. ఆమెను ఎప్పుడు చూస్తానా! అనే ఆతురత్వం ఏర్పడుతుంది నాలో.

17. అశోకవృక్షాలు వకుళ వృక్షాలు మాధవీలతలు మొదలైన వాటి దోహద క్రియలు :

'రక్తాశోకశ్చల కిసలయః కేసరశ్చాత్ర కాంతః
ప్రత్యాసన్నౌ కురువకవృతేః మాధవీ మండపస్య ।
ఏక స్సఖ్యా స్తవ సహమయా వామపాదాభిలాషీ,
కాంక్షత్యన్యో వదనమదిరాం దోహదచ్ఛద్మనాస్యాః ॥" (2-17)

అనుజా అంబుదా! మా నివాసాన్ని గుర్తించటానికి మరో సూచన. విహారశైలం మీద తరులతాగుల్మములు (పూలచెట్లు, పూలతీగలు, పూలమొక్కల పొదలు) ఎన్నో ఉంటాయి. మాధవీలతామండపాలుంటాయి. లేత ఎరుపు రంగులో ఉండే అశోకవృక్షాలుంటాయి. కురవక (గోరింట) గుల్మములుంటాయి. కేసరవృక్షాలు (పొగడ చెట్లు) ఉంటాయి. వాటికి చిగుళ్లు విస్తారంగా రావాలన్నా, పుష్పాలు బాగా పూయాలన్నా దోహద క్రియలు (అభివృద్ధికి చేసే ప్రక్రియలు) ఎన్నో ఉంటాయి. అలాంటి దోహద ప్రక్రియలు చేయటంలో యక్షిణులు నేర్పరులు. నా శ్రీమతి విశాలాక్షికి ఆ ప్రక్రియలు బాగా తెలుసు. **అశోకానికి వామపాదతాడనం** (సున్నితంగా ఎడమకాలితో తన్నటం) దోహదం చేస్తుంది. **అలా చేస్తే అశోకవృక్షం** తొందరగా పుష్పిస్తుంది. వకుళ (పొగడ) వృక్షానికి మకరంద

గందూషణం (పూల తేనెను నోట్లో పోసుకొని సున్నితంగా దానిపై ఉమ్మేయటం), కురవక (గోరింట) వృక్షానికి కౌగిలింత దోహదక్రియ దాడిమీ వృక్షచ్ఛాయలో నిలిచి తాంబూల రక్తిమతో దరహాసం (చిరునవ్వు) చేస్తే అది పుష్పిస్తుంది. నా ధర్మపత్ని కాళ్లకు పారాణి పెట్టుకొని ఆభరణాలలంకరించుకొని నాతోపాటు క్రీడాశైలానికి వెళుతుంది. ఎడమకాలితో అశోకాన్ని స్పృశిస్తుంది. మాధవీ (గురివింద) లతను ఆప్యాయతతో కౌగిలించుకుంటుంది. నోట్లో మకరందాన్ని పోసుకొని పొగడచెట్టు మొదట్లో ఉమ్మేస్తుంది. కురవకాన్ని ఆలింగనం చేసుకుంటుంది. దాడిమీ వృక్ష సమీపానికి వెళ్లినప్పుడు నన్ను చూస్తూ దోహదక్రియ ఇలా చెయ్యాలి అంటూ కిలకిలా నవ్వుతుంది. ఆ విధంగా విహారశైలం వివిధ పుష్పవృక్షా లతో అభివృద్ధి పొందింది. ఆ వైభవాన్ని దర్శించు.

18. సువర్ణ స్తంభ సమీపంలో మయూరనృత్య వైభవం :

"తన్మధ్యే చ స్ఫటికఫలకా కాంచనీ వాసయష్టిః,
మూలే బద్ధా మణిభి రనతి ప్రౌఢ వంశప్రకాశైః ।
తాలై శ్శింజావలయసుభగై ర్నర్తితః కాంతయా మే.
యామధ్యాస్తే దివస నిగమే నీలకంఠ స్సుహృద్యః ॥" (2-18)

మిత్రమా తోయదా! దేవాలయం లాంటి మా భవనంలో మేమిద్దరం అన్యోన్యంగా ఉండేవాళ్లం. ఆమె సంగీతప్రియురాలు. సంగీతవిదుషీమణి. నాకు సాహిత్యమంటే ఎంతో ఇష్టం. సాహితీప్రియుడిని నేను. మా భవనప్రాంగణంలో వకుళ వృక్షాలు అశోకవృక్షాలు మాధవీలతలు అన్నిటిమధ్య స్ఫటిక వేదిక ప్రకాశిస్తూ ఉంటుంది. దానికి ముందున్న పుష్పవృక్షాల మధ్య స్వర్ణస్తంభమున్నది. చంద్రకాంతమణి శిలాతలంపై మేమిద్దరం శివనామసంకీర్తన చేస్తూంటాము. సమ్యక్ కీర్తనం, సంకీర్తనం స్వామివారి నామాలతో నేను కీర్తనలు రచిస్తాను. నా శ్రీమతి స్వరాలు కూర్చి రాగతాళలయాత్మకంగా గానం చేస్తుంది. ఇక్కడ మరో విశేషమున్నది. మా పెంపుడు నెమలి చాలా మంచిది. చిన్నప్పటి నుంచీ మా దగ్గరే పెరిగింది. మా సంకీర్తనలకనుగుణంగా ఆ మయూరం అద్భుతంగా నృత్యం చేస్తుంది. రమణీయమైన ఆ దృశ్యాన్ని చూడటానికి మా మిత్రులు, బంధువులు సన్నిహితులు అందరూ వస్తూండేవారు. సూర్యాస్తమయ సమయానికి మా సత్సంగం పూర్తి అయ్యేది. నాట్యం చేసి అలసిపోయిన మా మయూరం స్తంభం మీదికి వెళ్ళి విశ్రాంతి

తీసుకునేది. అలా అన్యోన్యంగా సాగిపోయిన మా జీవితం, నేను చేసిన స్వధర్మనిర్లక్ష్య ఫలితంగా, వియోగానికి కారణమైనది. విధి లిఖితం అనుల్లంఘనీయం.

19. హేమమాలి భవనం కళావిహీనమైన విధం :

“ఏభి స్సాదో హృదయనిహితై ర్లక్షణై ర్లక్షయేథాః,
ద్వారోపాంతే లిఖిత వపుషీ శంఖపద్మౌ చ దృష్ట్వా ।
క్షామచ్ఛాయం భవనమధునా మద్వియోగేన నూనం
సూర్యాపాయే న ఖలు కమలం పుష్యతిస్వామభిఖ్యాం ॥” (2-19)

నాయనా జలదా! అనూహ్యంగా జరిగిన పరిణామాలతో కళకళలాడుతున్న మా భవనాన్ని విడిచి రామగిరికి వచ్చాను. ధర్మపత్నిని ఓదార్చే సమయం కూడా లేదు. కాంతా విరహబాధ కలచివేసింది. కుబేరశాపంతో నా దివ్యత్వం పోయింది. కళావిహీనంగా కనిపిస్తుంది ఆ భవనమిప్పుడు. నిత్య కళ్యాణం పచ్చతోరణంగా ఉండే మా మందిరం పూర్వవైభవం పోగొట్టుకున్నప్పటికి నేను చెప్పిన గుర్తులను బట్టి నీవు సులభంగా గుర్తించవచ్చు. సూర్యుడు అస్తమించిన తరువాత పద్మాలకు వికాసముంటుందా! శోభావిహీనమైనప్పటికీ పద్మాలు పద్మాలే. అలాగే కుబేర భవనానికి సమీపంలో ఉండటం వల్ల ఆ భవనం ఆకర్షణీయంగానే ఉంటుంది. మా భవనంలోని సింహద్వారానికి కుబేరాను గ్రహంతో లభించిన శంఖం పద్మం అనే రెండు నిధుల రూపాలు. రెండు ప్రక్కలా దర్శనమిస్తాయి. ‘మహాపద్మం, పద్మం, శంఖం, మకరం, కచ్ఛపం, ముకుందం, కుందం నీలం, ఖర్వం’ ఈ తొమ్మిది నిధులకు అధిపతి కుబేరుడు. సోదరా! వియోగంతో విరహంతో బాధపడే భార్యాభర్తలను కలిపేశక్తి నీకు ఉన్నది. పరోపకారివి కనుక నా మనవిని స్మరించు.

20. హేమమాలి భవనం గుర్తించిన తరువాత చేయదగిన పని :

“గత్వా సద్యః కలభతనుతాం శీఘ్ర సంపాత హేతోః,
క్రీడాశైలే ప్రథమకథితే రమ్యసానౌ విషణ్ణః ।
అర్హస్యంతర్భవన పతితాం కర్తుమల్పాల్పభావం,
ఖద్యోతాలీ విలసితనిభాం విద్యుదున్మేషదృష్టిం ॥” (2-20)

పర్జన్యా! కామరూపివి ఏ రూపం కావాలంటే ఆ రూపాన్ని ధరించే శక్తి కలవాడివి. మా నివాసాన్ని గుర్తించావు కనుక నీ సంపూర్ణ నీలవర్ణశరీరం మత్తగజంలా ఉంటుంది.

గున్న ఏనుగులా రూపాన్ని సూక్ష్మీకరించు. ముందుగా భవనప్రాంగణంలోని క్రీడాశైలం మీద అడుగుపెట్టు. కొంతసేపు అలసట తీర్చుకో. ఒక్క క్షణం విశ్రాంతి తీసుకో అందంగా ఉండే విహారగిరి పుష్పఫలవృక్షాలతో చంద్రకాంతమణి వేదికలతో నీ విశ్రాంతికి అనువైనది. అనంతరం నీ మెరుపులున్నాయి కదా! వాటిని కొంచెం తగ్గించుకొని రేఖామాత్ర కాంతి వీక్షణాన్ని భవనాంతర్భాగంలోకి ప్రసరింపజేస్తే మా మందిరాన్ని సమగ్రంగా దర్శించవచ్చు. కుడ్యచిత్రాలు శిల్పారామాలు సంగీతవాద్య పరికరాలు శివాభిషేచన ప్రదేశాలు, స్పష్టంగా కనిపిస్తాయి. నీ మెరుపు కాంతి దృష్టి ప్రసారంతో మా మందిరం వేవెలుగులతో దివ్యమౌతుంది.

21. హేమమాలి ధర్మపత్ని 'విశాలాక్షి' వైశిష్ట్యం :

"తన్వీ శ్యామా శిఖరిదశనా పక్వ బింబాధరోష్ఠీ,
మధ్యే క్షామా చకితహరిణీ ప్రేక్షణా నిమ్ననాభిః ।
శ్రోణీభారాత్ అలసగమనా స్తోకనమ్రా స్తనాభ్యాం,
యా తత్రస్యాత్ యువతి విషయే సృష్టిరాద్యేవ ధాతుః ॥ **(2-21)**

అనుజా జలధరా! నా అర్ధాంగిని గుర్తుపట్టటానికి ఆమెయొక్క సౌందర్య విశేషం శ్రద్ధగా విను. భార్య యొక్క అందాన్ని భర్త పొగడకూడదు. కాని అంతఃపుర స్త్రీల మధ్య ఆమెను వెంటనే గుర్తించటానికి ఆమె యొక్క రూపాన్ని వర్ణిస్తాను. "విశాలాక్షి" సార్థక నామధేయురాలు ఆమె నేత్రాలు విశాలంగా పద్మదళాల్లా ఆకర్షణీయాలు. "లతాంగి", పూలతీగలా అందమైన రూపమామెది. 'శ్యామా యౌవన మధ్యస్థా' అన్నట్లు యౌవనంలో అర్ధభాగం గడిచిన ప్రౌఢ, దంతపంక్తి స్వచ్ఛంగా తెల్లగా మెరుపుతో సమంగా ఉంటుంది. బాగా పండిన దొండపండులా ఆమె యొక్క క్రింది పెదవి అరుణిమతో ఆకర్షణీయంగా ఉంటుంది. ఇంక నడుము ఉన్నదా లేదా అనే అనుమానం కలుగుతుంది. ఉదరభాగం 'అస్తి నాస్తి విచికిత్సా హేతు శాతోదరీ' అని కవులు వర్ణించినట్లుగా పలుచగా అందంగా భాసిస్తుంది. పరిణయమై పన్నెండేళ్ళయినా ఇప్పటికీ నవవధువులా కనిపిస్తుంది. బెదిరిపోయిన ఆడజింక చూపులు చంచలంగా ఉన్నట్లుగా భీతహరిణేక్షణగా కనిపిస్తుంది. పద్మినీజాతి స్త్రీల లక్షణాలు ఆమెలో కనిపిస్తాయి. అందమైన ఆమె యొక్క ఉదరంలో నాభీస్థానం గంభీరంగా మరింత అందగిస్తుంది. "పృథునితంబ" పిరుదులు విశాలంగా పుష్టిగా ఉండటంతో ఆమె నడక మందగిస్తుంది. హంసగమనంలాంటి గమనమామెది.

కుచకుంభాలతో వక్షోభాగం బరువుకు కొంచెం వంగినట్లుగా కనిపిస్తుంది. 'సౌందర్యమంటే ఇదే' అనిపిస్తుంది ఆమెను చూస్తే. బ్రహ్మదేవుడు ముందుగా ఆ పుత్తడిబొమ్మను సృష్టించాడా! అన్నట్లుంటుంది ఆ విశాలాక్షి.

22. విశాలాక్షి విరహవేదనావర్ణనం :

"తాం జానీథాః పరిమిత కథాం జీవితం మే ద్వితీయం,
దూరీభూతే మయి సహచరే చక్రవాకీమివైకాం ।
గాఢోత్కంఠాం గురుషు దివసేష్వేషు గచ్ఛత్సు బాలాం
జాతాం మన్యే శిశిరమథితాం పద్మినీం నాన్యరూపాం ॥" (2-22)

సోదరా పర్జన్యా! అన్యోన్యానురాగంతో రతీమన్మథుల్లా యౌవనారంభదశను గడిపిన దాంపత్యం మాది. నన్ను విడిచి ఆమె ఉండలేదు. ఆమెను విడిచి నేనుండలేను. నా బహిఃప్రాణం నా అర్ధాంగి విశాలాక్షి. ఆమె మితభాషిణి. ప్రేమైక జీవి. అలాంటిది అచింతితోపనీయమైన (ఊహించరాని) దురవస్థ ఏర్పడింది. చక్రవాకం దూరమైతే వియోగాన్ని భరించలేని చక్రవాకిలా మౌనరోదనమే ఆమెది. క్షణాలు యుగాల్లా భారంగా గడుస్తున్నాయి. శిశిరర్తువులో మంచు బిందువులు పడటం చేత వాడిపోయిన పద్మిని (పద్మలత) లా రూపం మారిపోయి ఉంటుంది. సేవికలు ఎంతమంది ఓదారుస్తున్నా విరహవేదన తగ్గదు కదా! వినోదం కాని విషాదం కానీ అనుభవైవేద్యమే. మాటలలో సతీపతి వియోగబాధను వర్ణించలేము కదా! నా జీవితభాస్వామిని వీక్షించు.

23. విశాలాక్షి యొక్క కళావిహీన వదనం :

"నూనం తస్యాః ప్రబలరుదితో చ్ఛూన నేత్రం ప్రియాయాః
విశ్వాసావా మశిశిరతయా భిన్న వర్ణాధరోష్ఠం ।
హస్తన్యస్తం ముఖమసకల వ్యక్తి లంబాలకత్వాత్,
ఇందోర్దైన్యం త్వదను సరణక్లిష్ట కాంతేర్బిభర్తి ॥" (2-23)

మిత్రమా! భర్తకు దూరమైన భార్య ఎలా ఉంటుంది. ఆ కాంత ముఖానికి కాంతి ఎక్కడిది? ప్రేయసీప్రియులకు సంవత్సరకాల ప్రవాస వియోగం ఎంత భయంకరమైన శిక్ష? క్షీణచంద్రుడిలా విశాలాక్షి వదనం కళావిహీనమవుతుంది. వియోగబాధతో ఏడ్చి ఏడ్చి అందమైన నేత్రాలు ఉబ్బి ఉండటంలో ఆమెను గుర్తుపట్టటం కష్టమవుతుంది.

సుదీర్ఘములైన నిట్టూర్పులతో అరుణవర్ణంలో ఉండే అధరం పాలిపోయి ఉంటుంది. సంస్కారం లేక ఆమె శిరోజములు నైగనిగ్యం క్షీణించి ఉంటాయి. పసిడిరంగులో ఉండవలసిన ఆమె రూపం నీ రంగుకు మారి ఉంటుంది. మనస్తాపానికి మందే ఉండదు! నిరంతర సంతాపం అక్కడ ఆమెకు ఇక్కడ నాకు. సంతాపాన్ని మించిన తాపం ఉంటుందా! ఆమె అరాళకుంతల వినీలకుంతల, కుటిలకుంతల అలకలతో అందమైన మోము వెచ్చటి నిశ్శ్వాసంతో సౌమ్యతను పోగొట్టుకొని ఉంటుంది. దీనమైన దృష్టితో ఎదురుచూపులతో ఎడమచేతిపై చెక్కిలిని నుంచుకొని భవనప్రాంగణంలో స్ఫటిక శిలావేదికపై కూర్చుని ఉంటుంది. నిశితంగా పరిశీలించు సోదరా! నా శ్రీమతిని గుర్తించు.

24. హేమమాలి కోసం నిరీక్షిస్తున్న విశాలాక్షి :

"ఆలోకే తే నిపతతి పురా సా బలివ్యాకులా వా,
మత్సాదృశ్యం విరహతను నా భావగమ్యం లభంతే ।
పృచ్ఛంతీ వా మధురవచనాం శారికాం పంజరస్థాం,
కచ్చిద్భర్తు స్స్మరసి రసికే త్వం హి తస్య ప్రియేతి ॥" (2-24)

సోదరా జలధరా! గృహలక్ష్మి విశాలాక్షి నా రాక కోసం దేవతారాధన చేస్తూ ఉంటుంది. వియోగంతో కృశాంగిగా తయారైన ఆమె ఉభయ సంధ్యాసమయాల్లో దీపారాధన చేస్తుంది. అమ్మవారి స్తోత్రాలు చేస్తుంది. 'ఇయం గేహ లక్ష్మీః ఇయమమృతవర్తి ర్నయనయోః' ఈమె నా గృహలక్ష్మి నా కళ్లకు అమృతవర్తి కలిగిన జీవనజ్యోతి ఆమె' అని శ్రీరామచంద్రుడు సీతాదేవిని గురించి చెప్పినట్లుగా నా సతీమణి మా ఇంటి వెలుగు, ప్రమిదలో అమృతమనే వత్తిని వెలిగిస్తే ఎంత దివ్యమైన కాంతి వ్యాపిస్తుందో, ఆ విధంగా విశాలాక్షి నా కంటికి వేవెలుగుల వెలుగు. ఆమె గొప్ప చిత్రలేఖకురాలు నా రూపాన్ని శ్వేత యవనికపై,చిత్రిస్తుంది తన్మయిభావంతో చూస్తూంటుంది. మా ఇంట్లో ఒక శారిక (గోరువంక) ఉంటుంటి మైనాపిట్ట అంటారు కదా! బంగారు పంజరంలో ఉంచి పెంచుతాము. శ్రీమతి ఆ శారికను ముద్దుబిడ్డలా చూసుకుంటుంది. నన్ను గురించి ఆ పక్షి చేత ముద్దుముద్దుగా మాట్లాడిస్తుంది. 'ఓ శారికా! నా భర్త నిన్ను అల్లారుముద్దుగా పెంచేవాడు. శివనామసంకీర్తన నీ చేత పలికించేవాడు. గుర్తుందా! ఆయన నేర్పిన మృదుమధురములైన భగవన్నామములను పలుకు శారికా! శ్రావ్యంగా గీతాగానం చేశావనుకో, నాకు నా పతి నా ముందున్నట్లనిపిస్తుంది. గీతాగానం చేస్తున్నట్లనిపిస్తుంది.

తప్పకుండా పలుకుతావు కదూ!" అలా మైనాపిట్టతో మాట్లాడుతూ వియోగబాధను విస్మరిస్తుంది. నా ధర్మపత్నిని చూస్తావు కదూ!

25. విశాలాక్షి యొక్క వీణావాదన వైశిష్ట్యం :

"ఉత్సంగే వా మలినవసనే సౌమ్య నిక్షిప్తవీణాం,
మద్గోత్రాంకం విరచితపదం గేయముద్గాతుకామా ।
తంత్రీమార్ద్రాం నయనసలిలైస్సారయిత్వా కథంచిత్,
భూయో భూయ స్స్వయమపి కృతాం మూర్ఛనాం విస్మరంతి ॥" (2-25)

నాయనా నీరదా! అర్ధాంగి విశాలాక్షి అతికష్టంగా వియోగభారంతో కాలం గడుపుతున్నది. ఆమె గొప్ప వైణికురాలు. సంగీతసాహిత్య రత్న. నేను గీతకర్తనైతే ఆమె స్వరకర్త. స్వయంగా రచనలు కూడా చేయగలదు. రాగాలు సమకూర్చగలదు. అద్భుతంగా పాడగలదు. ఆమె వాగ్గేయకారిణి. "శిశుర్వేత్తి పశుర్వేత్తి, వేత్తి గానరసం ఫణిః" గానామృతాన్ని శిశువు పశువు పాము కూడా ఆస్వాదిస్తాయి. అలాంటి వీనులవిందైన సంగీతవిభావరిని నిర్వహించేది. వీణావరదండ మండితకరా అన్నట్లు నా గృహిణి రత్నాలంకృతమైన వీణను ఒడిలో పెట్టుకొని మధుర ప్రణయగీతాను వాద్య సహకారంతో పాడుతూంటుంది. నన్ను గుర్తు చేసుకోగానే దుఃఖాశ్రువులు జల జలా రాలుతాయి. అశ్రునయనాలతో వీణా తంత్రులను (తీగలను) మోగిస్తుంది, కాని తీగలు పలుకవు. ఎలా పలుకుతాయి! కన్నీటి చుక్కలతో తడిసిన వీణాతంత్రులు చెమ్మగిలి మూగబోతాయి. కంఠం బొంగురు పోతుంది. వియోగదుఃఖంతో. కళ్లు తుడుచుకొని వీణాతంత్రులను వస్త్రఖండికతో తుడిచి, మళ్లీ ఆరోహణ అవరోహణక్రమాలను సరిచేస్తుంది. గమకాలను పలికిస్తుంది ప్రయత్న పూర్వకంగా వీణాతంత్రులపై. షడ్జమం, రిషభం, గాంధారం, మధ్యమం, పంచమం, దైవతం, నిషాదం. ఈ సప్తస్వరాలను మంద్రస్థాయిలోను మధ్యమస్థాయిలోను తారస్థాయి లోను అవలీలగా రాగాలాపన చేస్తూ తాళాత్మకంగా లయబద్ధంగా వీణావాదనతో స్వరం కలిపి పాడుతుంది నా భార్యామణి. అలా పాడుతున్న మీ వదినెను దర్శించు.

26. పతి వియోగబాధను వినోదంగా పరిణమింపజేసే సతీమణి :

"శేషాన్మాసాన్ విరహదివస స్థాపితస్యావధేర్వా ।
విన్యస్యంతీ భువి గణనయా దేహలీదత్త పుష్పైః ।

సంభోగం వా హృదయ నిహితారంభ మాస్వాదయంతీ,
ప్రాయేణైతే రమణవిరహే ష్వంగనానాం వినోదాః ॥" (2-26)

సోదరా వారిధరా! కుబేరశాపంతో మా వియోగం ప్రారంభమవగానే నా అర్ధాంగి రోజులు నెలలు లెక్కపెట్టుకుంటూ ఇన్ని రోజులయ్యాయి. ఇన్ని నెలలయ్యాయి. నా పతి దగ్గరకు వచ్చే సమయమాసన్నమైనది. అని అనుకుంటూ భవనప్రాంగణంలోని పరిమళభరిత నిత్య పుష్పాలను అంటే దేవలోక వృక్షాల పుష్పాలు వాడవు సౌరభం తగ్గదు, అలాంటి వాటిని కోసి ప్రధాన ద్వారాలపై పరిగణన కోసం అలంకరిస్తుంది. మొదటి నెలలో చంపక (సంపెంగ) పుష్పాలను సింహద్వారం దగ్గర నుండి రెండవ ద్వారం వరకు అంటూ ఇటూ పదిహేనేసి చొప్పున శుక్లపక్షాన్ని కృష్ణపక్షాన్ని లెక్కిస్తుంది. ఆ విధంగా పూజామందిరం వరకు పన్నెండు గుమ్మాలలోను ముప్పై ముప్పై ఉండేటట్లు వరుసగా అలంకరిస్తుంది. వాటిని గమనిస్తూ వెళితే పారిజాత పుష్పాలు, శిరీష కుసుమాలు అశోక పుష్పాలు, మందార ప్రసూనాలు, మల్లికా సుమాలు, కలువల వరుసలూ, పద్మమాలికలు, నందివర్ధనాలు, కరవీర (గన్నేరు) పుష్పాలు, కేతకీ (మొగలి) పుష్పాలు, సహస్రదళ కమలాలు, స్వర్ణ పుష్పాలు (జమ్మిపూలు) వరుసగా పేరుస్తూ భవనమంతా పుష్పగుచ్ఛ మయంగా చేస్తుంది. విషాదాన్ని పుష్పాలంకరణమనే వినోదంగా పరివర్తించి కాలాన్ని గడుపుతుంది. మరో విశేషమున్నది. ప్రవాసానికి పూర్వం మేమిద్దరం వివిధ వర్ణసుమాలను ప్రణవాక్షరాకారంలో పూజాగృహం చుట్టూ అలంకరించి, ప్రణవేశ్వరీ ప్రణవేశ్వరులను ఆరాధించాము. ఆ మధురస్మృతులను నెమరువేసుకుంటూ విశాలాక్షి సంవత్సరమెప్పు డవుతుందా అని పుష్పగుచ్ఛాలను లెక్కపెడుతూంటుంది. ఆ సందర్భాల్లో తన ప్రక్కనే నేనున్నట్లు భావిస్తుంది. ఇద్దరం కలిని **'ఓం నమశ్శివాయై చ నమశ్శివాయ'** అని పార్వతీపరమేశ్వర మంత్ర జపం చేస్తున్న దృశ్యాలను మనఃఫలకంలో దర్శిస్తుంది. తన్మయురాలై ఆత్మానందం పొందుతుంది. అదే ఆమెలోని ప్రత్యేకత.

27. సందేశాన్ని ఆమెకు ఎప్పుడు అందజేయాలి !

"స వ్యాపారా మహని న తథా పీడయే ద్విప్రయోగః,
శంకే రాత్రౌ గురుతర శుచం నిర్వినోదాం సఖీంతే ।
మత్సందేశై స్సుఖయితు మలం వశ్య సాధ్వీం నిశీథే,
తాముస్నిద్రా మవనిశయనాం సద్మవాతాయనస్థః ॥" (2-27)

మేఘ సందేశం

అనుజా జలధరా! విశాలాక్షి విరహిణి. ఇద్దరమూ శయనించే శయనాగారం ప్రవేశించదు. నేను దగ్గర లేను కదా! ప్రవాస శిక్షతో రామగిర్యాశ్రమములో నేను బ్రహ్మచర్య వ్రతంతో భూశయనం నియమంగా పెట్టుకున్నాను. హంసతూలికాతల్పాల్లాంటి సౌకర్యాలు, వింజామరలు వీచే పరిచారికలు ఆశ్రమాల్లో ఎందుకుంటారు! కానీ అన్ని సౌకర్యాలు ఉన్నప్పటికీ నా ధర్మపత్ని విశాలాక్షి బ్రహ్మచారిణిగానే కాలం గడుపుతున్నది. భూశయనమే నియమంగా పెట్టుకున్నది. పగలంతా వీణావాదనలు, పాటలు పాడుకోటం, చిత్రలేఖనం, పుష్పగుచ్ఛాలంకరణ, శివపూజలు, అమ్మవారి పూజలు స్తోత్రపాఠాలు. మయూర నాట్య సందర్శనలు. శుకశారికా కూజిత శ్రవణములు అలాంటి సత్సంగాలతో కాలం గడుపుతుంది. వియోగులకు విరహిణులకు రాత్రి సమయాలే కష్టంగా గడిచేవి. శుకశారికాది పక్షులు కూడా రాత్రిపూట నిద్రపోతాయి కదా! మరి విశాలాక్షితో ఎవరు మాట్లాడతారు! రాత్రంగా ఆమెకు నిద్రపట్టదు. కన్ను మూసినా కన్ను తెరచినా ఆమెకు నేను, నాకు ఆమె తప్ప మరో భావన ఉండదు. చిగురుటాకుల ఆస్తరణం మీద నిద్రపట్టక పోయినా పడుకుని ఉంటుంది. ప్రక్కనే వాతాయనం (కిటికీ) చల్లటిగాలి రివ్వున వీస్తూంటుంది. వర్షాగమ సమయం కదా! ఆ భవనంలోని గవాక్షాలం (కిటికీలు) అన్నీ విశాలంగా ఉంటాయి. ఇదే నీకు తగిన సమయం తగిన ప్రదేశం. ఆ గవాక్షంలో కూర్చో. తగిన సమయం కోసం వేచి చూడు.

28. విశాలాక్షి విరహవేదనా వర్ణన :

"ఆధిక్షామాం విరహశయనే సన్నిషణ్ణైకపార్శ్వాం,
ప్రాచీమూలే తమ మివ కళామాత్ర శేషాం హిమాంశోః।
నీతా రాత్రిః క్షణ ఇవ మయా సార్ధ మిచ్ఛారతై ర్యా
తామే వోష్ణైర్విరహమహతీం అశ్రుభిర్యాపయంతీం ॥" **(2-28)**

మిత్రమా! ఆధి అంటే మానసిక వ్యథ, మనోగతమైన ఆధి, శారీరకమైన వ్యాధికి కారణమవుతుంది. మనోవ్యాధికి మందు లేదు. నా వియోగంతో నా ధర్మపత్ని మనోవ్యాధి పీడితురాలై కృశించి ఉంటుంది. బహుళ చతుర్దశినాటి బ్రాహ్మీముహూర్త సమయంలో తూర్పు దిక్కున చంద్రరేఖలా విశాలాక్షి విరహవేదనతో చిక్కిపోయి ఉంటుంది. సంవత్సరం క్రితం ఎంతో ఆనందంగా ఉన్న మా జంట విడిపోయింది.

తత్ఫలితంగానే క్షీణచంద్రుడిలా మేమిద్దరం కృశించి ఉన్నాము. ఎన్నో రాత్రులు విరహవేదనతో నిద్రపట్టక చిగుళ్ల శయ్యపై అటూ ఇటూ పొర్లుతూ ఉంటుంది విశాలాక్షి.

వర్షర్తువునాటి రాత్రులు సుదీర్ఘంగా ఉంటాయి, పగటిభాగాలు సేవికలతో మాట్లాడుతూనో, శుకశారికల పలుకులను వింటూనో కాలం గడిపేయవచ్చు. రాత్రి సమయాలు బహు భారంగా గడుస్తాయి. విరహవేదనాభరిత దుఃఖాశ్రువులతో వదనం వాడిపోతుంది.

29. విరహబాధావేధిత విశాలాక్షి వర్ణన :

"పాదానిందో రమృత శిరాన్ జాలమార్గ ప్రవిష్టాన్,
పూర్వప్రీత్యా గతమభిముఖం సన్నివృత్తం తథైవ ।
ఖేదా చ్చక్షు స్సలిల గురుభిః పక్ష్మభి శ్చాదయంతీం,
సాభ్రే ఒహ్నీవ స్థలకమలినం న ప్రబుద్ధాం న సుప్తాం ॥ (2-29)

అంబుదా! ప్రతికూల సమయంలో దగ్గరగా ఉండేవాళ్లు కూడా దూరమవుతారు. ఆప్తులుగా ఉన్నవాళ్లు కూడా శత్రువులవుతారు. మేమిద్దరం కలిసి ఉన్నప్పుడు హిమాంశుడు చల్లటి కిరణాలతో ఆనందాన్ని చేకూర్చాడు. ఇప్పుడు వియోగస్థితి శీతలకిరణుడు వేడి నిట్టూర్పులకు కారణమవుతున్నాడు. వెన్నెలంటే ఎంతో ఇష్టపడే విశాలాక్షి ఇప్పుడా వెన్నెలనే భరించలేకపోతున్నది. జలకమలిని సూర్యకరస్పర్శతో వికసిస్తుంది. కాని స్థల కమలిని అదే సూర్యకిరణ ప్రసారంతో వాడిపోతుంది. ఎంతలో ఎంత మార్పు! అనూహ్య పరిణామమిది. నీటిలోని మొసలి నిగిడి ఏనుగు జంపు, బైట కుక్క చేర భంగపడును అన్నట్లు సూర్యకిరణాల వల్ల ఏ పద్మమైతే వికసించిందో అదే పద్మం. నేల మీద పడితే ఆ కిరణ ప్రసార ప్రభావంతోనే కమిలిపోతుంది. రాత్రి సమయంలో కిటికీలలో నుంచి అమృత కిరణప్రసారం జరుగుతుంది. ఆ చంద్రికను విరహిణి భరించలేదు. ఎంత విచిత్ర పరిస్థితి. పూర్వ స్నేహంతో వియోగిని చంద్రిక (వెన్నెల)ను స్వాగతిస్తుంది. కానీ భరించలేక పోతుంది. అశ్రుధారలతో బరువెక్కిన కంటిరెప్పలను తెరవలేకపోతుంది. పగలు కూడా మేఘాచ్ఛాదనతో పద్మం ముడుచుకున్నదా అంటే లేదనే చెప్పాలి. అప్పుడప్పుడూ ప్రసరించే భాను కిరణాలతో వికసించిందా అంటే అదీ లేదు. రాత్రి సమయంలో సుఖ నిద్ర పడుతోందా లేదు, మెళకువతో ఉన్నదా లేదు, ఎటూ కాని స్థితిలో రాత్రులు బహుభారంగా గడుస్తున్నాయి.

30. విశాలాక్షి వేదనాస్థితి వర్ణన :

"విశ్వాసేనాధర కిసలయ క్లేశినా విక్షిపంతీం,
శుద్ధ స్నానాత్ పరుషమలకం నూనమాగండలంబం ।

మత్సంభోగః కథముపనయేత్ స్వప్నజోఽ పీతి నిద్రాం,
ఆకాంక్షంతీం నయన సలిలోత్పీడ రుద్ధావకాశాం ॥" **(2-30)**

మిత్రమా! నా ప్రేయసి పరిస్థితి ఎలా ఉంటుందో తెలుసా! తైలాభ్యంగ స్నానాలు లేవు. దేవతారాధన కోసం స్నానం చెయ్యాలి కనుక చేస్తుంది. పూర్వం పరిమళభరిత తైలాలతో శరీరాన్ని నైగనిగ్యంతో పరిమళింపజేసేది నువ్వుల నూనెను ఒళ్లంతా పూసుకొని కొంతసేపు ఆతపస్నానం (ఉదయభాను కిరణప్రసారం)తో మరికొంత సేపు సున్నిపిండితో శరీరమంతా సేవికలతో మర్దింపజేసుకొని పన్నీటితో జలకాలాడేది. శిరోజాలకు సుగంధ తైలాలు రాచేది. తరువాత ఓపికగా తీరికగా అలంకరించుకొనేది. ఇప్పుడేవీ లేవు యాంత్రికంగా స్నానం ముగించటం, కేశాలకు తైల సంస్కారం లేకపోవటం, మైపూతలు లేపనాలు లేకుండా అలంకారాలు లేకుండాఎప్పుడూ నన్ను గురించి ఆలోచిస్తూ కాలాన్ని గడుపుతున్నది. శిరోజాల నిగనిగలు పోయాయి. తనూలాలిత్యం పోయింది. చిగురుటాకు వంటి పెదవి కమిలిపోయింది. భోగాలపై ఆసక్తి లేదు. కడుపు నిండా తిండి లేదు. కంటినిండా నిద్రలేదు. ఏం చెప్పమంటావు! మా ఇద్దరి యౌవనం వృథా అయిపోతున్నది. పగలంతా నా గురించి ఆలోచనలు. రాత్రి నిద్ర పడితే కలలొస్తాయి. కలలోనైనా నన్ను కలిసిన భావనలు, నా సాన్నిహిత్యంతో మైమరచే ఊహలు సాకారములవుతాయి కానీ ఆ కలలూ లేవు. ఊహాజనిత మధురభావనలూ లేవు. ఇదీ ఆమె పరిస్థితి. అలా వేదన పొందుతున్న నా సతీమణిని చూడు.

31. విశాలాక్షి శిరోజ వైశిష్ట్యం :

"ఆద్యే బద్ధా విరహదివసే యా శిఖా దామ హిత్వా,
శాపస్యాంతే విగళితశుభాంతాం మయోద్వేష్టనీయాం ।
స్పర్శ క్లిష్టా మయమిత నఖే నాసకృత్ సారయంతిం,
గండాభోగాత్ కఠిన విషమాం ఏకవేణీం కరేణ ॥ **(2-31)**

సోదరా! శిరోజాలంటే మక్కువ లేని మహిళలుంటారా! ఒకప్పుడు నా సతీమణి శిరస్నానం చేయటానికి ఔషధద్రవ్యాలను ఉపయోగించేది. ఆమలకీ (ఉసిరిక) రసంతో శిరోజాలను మర్దించేది. భృంగామలక తైలంతోను నిండైన జుట్టును కుదుళ్లవరకు పట్టించేది. తరువాత కుంకుడు రసంతో శుభ్రంగా రుద్దేది. తడిగా ఉన్న కుంతలాలను శ్వేతవస్త్రంతో గట్టిగా ఒత్తి కట్టి తరువాత కేశపాశాన్ని విరబోసి ఉదయభాస్కర కరస్పర్శతో ఆరబెట్టేది,

తరువాత అగరు (సాంబ్రాణి) ధూపం వేసి తడిలేకుండా ముడివేసేది. అనంతరం సొంపైన రీతిలో జడ వేసుకొని నిండుగా మల్లెమాలను ధరించేది. అందుచేతనే ఆమె జుట్టు అందంగా దట్టంగా నిగనిగలాడుతూ సురభిళంగా నితంబముల (పిరుదుల) వరకూ సుదీర్ఘంగా ఉండేది. ప్రవాసానికి ముందు అలా ఉండేది. ఇప్పుడు పరిస్థితి మారి ఉంటుంది. సుఖ దుఃఖాలలో పతిని అనుసరించే వ్రతం (నియమము) కలిగిన నా ధర్మపత్ని నేను లేక పోవటంతో కేశపాశాన్ని సంస్కరించుకోదు. ఆనాడు బంధించిన ఏకవేణి (ఒకజడ) నేటికీ అలానే ఉంటుంది. మళ్లీ నేను వెళ్లిన తరువాత శిరోజసంస్కరణ జరుగుతుంది. సామాన్యంగా గృహిణులు మందారములను ధరిస్తారు. మందారాలు ఔషధిద్రవ్యాలు వాటిలోని పుప్పొడి రేణువులు జుట్టు కుదుళ్ళల్లోకి ప్రవేశించి కేశరక్షణ, కేశపటిష్ఠత కలిగిస్తాయని ఆయుర్వేదశాస్త్రం చెపుతున్నది. కనుక నేను వెళ్లిన తరువాత అలాంటి కేశసంరక్షణ ప్రక్రియలు చేపట్టాలి. బిరుసుగా తయారైన జుట్టును పెరిగిన గోళ్లతో అటూ ఇటూ సరిజేసుకుంటూండే నా భార్యను వీక్షించు. తొందరగా ఆమె దగ్గరకు వెళ్లు.

32. దీనస్థితిలో దయనీయంగా ఉండే విశాలాక్షి పరిస్థితి :

"సా సన్న్యస్తాభరణ మబలా పేశలం ధారయంతీ,
శయ్యోత్సంగే విహిత మసకృద్దుఃఖదుఃఖేన గాత్రం ।
త్వామప్యస్రం నవజలమయం మోచయిష్యత్యవశ్యం,
ప్రాయస్సర్వో భవతి కరుణా వృత్తి రార్ద్రాంతరాత్మా ॥" **(2-32)**

అనుజా! అబలలు అలంకారప్రియులు ఆభరణాలంటే అంత మక్కువ అందులోనూ మీ వదిన ఆభరణాల్లేకుండా ఒక్క క్షణం కూడా ఉండదు. 'తల నిండ పూదండ తాల్చిన రాణి' ఆమె. శిరోరత్నం, పాపిట సిందూరం, లలాటంపై కస్తూరి, కుంకుమబొట్టు చెవులకు వజ్రాభరణాలు నాసాగ్రంలో నవమేక్తికం'లో నాసికకు రెండు వైపులా ముత్యాల ముక్కెరలు మెడలో మరకతమయమైన జాంబూనద (బంగారు) మంగళసూత్రం. ప్రవాళ (పగడాల) మాలిక. పొడవైన దళసరి కాసులపేరు. వకుళ (పొగడ)మాల, మల్లికాహారం, పుష్యరాగ మాలిక, భుజాలకు మాణిక్యాలు అలంకరించబడి దండకడియాలు, ముంజేతులకు వైడు ర్యాలలంకరించిన కంకణాలు, రెండు చేతుల ఉంగరపు వ్రేళ్లకు నవరత్నాంగుళీయకాలు, మధ్యవ్రేళ్లకు ఇంద్రనీలాంగుళీయకాలు చూపుడు వ్రేళ్లకు పుష్యరాగాంగుళీయకాలు చిటికెన వ్రేళ్లకు మరకతాల ఉంగరాలు నడుముకు నవకింకిణీ (కొత్తగా తయారు చేసిన చిన్న

గజ్జెలు) మైన ఓడ్యాణం (వడ్డాణం), పాదాలకు ఘల్లు ఘల్లు మంటూ మోగే అందెలు, పాదాలలో బొటనవ్రేలి ప్రక్క వేళ్లకు వెండిమెట్టెలు. ఆ ఆభరణాల ధరించి హంసగమనంతో చంద్రకాంతమణి శిలాతలంపై సేవికలు వింజామరలు వీస్తూండగా సౌభాగ్యవతి నా శ్రీమతి శ్రీ మహాలక్ష్మీ స్వరూపిణిగా భాసిస్తుంది. ఇప్పుడామెకు ఆభరణాలేవీ అక్కర్లేదు. విగతాభరణగా నేనామెను ఊహించలేకపోతున్నాను. సేవికలు బలవంతంగా ఆమెను చిగురు టాకులతో కప్పిన పర్యంకం (మంచం) మీద చేరిస్తే అయిష్టంగానే శయనిస్తుంది. కాని నిద్ర పట్టదు. ఆ వాతాయనాల (కిటికీల) లోంచి శూన్యదృక్కులతో చూస్తూంటుంది. ఇంకా ఎన్నాళ్లు ఈ వియోగమని. నాయనా! ఆ దశలో ఆమెను చూస్తే నీకు కన్నీళ్ళు రాక మానవు. సాత్త్వికులు (మంచి మనస్సు కలవాళ్లు) ఇతరుల కష్టాలను చూడలేరు. వాళ్లు బాధపడుతూంటే తాము కూడా దుఃఖిస్తారు.

33. ఆ మహాసాధ్వి యొక్క ప్రేమైక జీవనం :

> **"జానే సఖ్యా స్తవ మయి మన స్సంభృత స్నేహ మస్మాత్,**
> **ఇత్థం భూతాం ప్రథమవిరహే తా మహం తర్కయామి ।**
> **వాచాలం మాం న ఖలు సుభగమ్మన్య భావః కరోతి,**
> **ప్రత్యక్షం తే నిఖిల మచిరాత్ భ్రాతరుక్తం మయాయత్ ॥"** **(2-32)**

మిత్రమా! మా దంపతులకు ఇదే మొదటి వియోగం. ఇంతకు ముందెప్పుడూ కూడా నన్ను విడిచి ఆమె, ఆమెను విడిచి నేను ఉండలేదు. "భార్యా దైవకృతస్సఖా' దేవుడిచ్చిన మిత్రుడు భార్య. వివాహమైనప్పటి నుంచి కలిసే ఉన్నాము. మా ప్రభువు కుబేరుడు నిర్వహించే సభలకు సమావేశాలకు సత్సంగాలకు ఇద్దరం కలిసే వెళ్లేవాళ్లం. ప్రవాసానికి (నివాసానికి బహుదూరంగా ఉండటం) ముందు నా ధర్మపత్ని ఎలా ఉండేదో నీకు చెప్పాను. ఇప్పుడెలా ఉంటుందో ఊహించి చెపుతున్నాను. ఎందుకంటే ప్రభువు పెట్టిన శాపం వల్ల అస్తంగమితమహిముడను (దివ్యత్వం పోగొట్టుకున్నవాడను) అయ్యాను. నేను అధిక ప్రసంగిని కాను. అనవసరంగా ఎవరినీ పొగడను. నా భార్య సౌశీల్యం సౌజన్యం సౌందర్యం మూర్తీభవించిన సతీమణి. వాస్తవంగా భార్యను, కుమారుడిని, కుమార్తెను, తనను తాను, పొగడుకోవటం ధర్మవిరుద్ధం. కాని ఎడబాటు సహించలేని స్థితిలో ఆ మధురస్మృతులను నెమరువేసుకుంటూ, నీకు చెపుతూ కొంత ఉపశమనం (ఓదార్పు) పొందుతున్నాను. గవాక్షం (కిటికీ) లోంచి చూస్తే మీ వదినెను గురించి నేను

ఊహించి చెప్పిన విషయం ఎంతవరకు నిజమో నీకే తెలుస్తుంది. నేను చెప్పింది ప్రత్యక్షంగా చూస్తావు.

34. శుభశకునంగా యక్షుడి భార్యకు ఎడమకన్ను అదురుతుందనే ఊహ :

"రుద్ధాపాంక ప్రసరమలకైః అంజన స్నేహశూన్యం,
ప్రత్యాదేశా దపి చ మధునో విస్మృతభ్రూ విలాసం ।
త్వయ్యాసన్నే నయనము పరిస్పంది శంకే మృగాక్ష్యాః
మీన క్షోభాత్ చలకువలయ శ్రీతులామేష్యతీతి ॥" (2-33)

సోదరా నీలవర్ణా! మీ వదినెను చూడటం నీకూ శుభమే. మీ వదినెకూ శుభమే నాకూ శుభమే. ఎందుకో తెలుసా! ప్రవాసానికి ముందు ఆమె చిక్కటి అంజనాన్ని (కాటుకను) కళ్లకు అలంకరించుకొనేది, మామూలుగానే అందమైన కళ్లు. నల్లటి కాటుక పెట్టుకోటంతో ఇంకా అందంగా ఉండేవి. విరహిణి కనుక ఇప్పుడు కాటుక పెట్టుకోదు ఇదివరకు ఇద్దరమూ పుష్పమకరందం సేవించేవాళ్లు. ఇప్పుడది నిషిద్ధం. అందుచేత కనుబొమల విలాసాలిప్పుడు కనిపించవు. మా మందిరంలో నీవు ప్రవేశించి వాతాయన సమీపంలో ఉండేటప్పటికి ఆమెకు శుభశకునంగా ఎడమకన్ను అదురుతుందని ఊహిస్తున్నాను. ఎందుకంటే నిస్స్వార్థ సేవాతత్పరుడివి నీవు. శుద్ధ సత్వగుణసంపన్న మీ వదిన. నా క్షేమసమాచారాన్ని ఆమెకు నీ ద్వారా తెలియచేయటం. నా అదృష్టం. ఈ మూడూ చేయటం శుభ శకునాలే. శుభకరాలే శుభప్రదాలే. నా ఊహ అసత్యం కాదు, కాబోదు. చెరువులో చేప అటు ఇటూ కదులుతూ నల్ల కలువ దగ్గరకు వెళ్ళిందనుకో, ఏమవుతుందప్పుడు! నీలోత్పలంలో కదలిక వస్తుందా లేదా! అలాగే చంచలుడివైన నీవు సత్సంకల్పంతో నా ప్రేయసిని సమీపిస్తే ఆ ప్రకంపనానికి అసంకల్పితంగా ప్రతిస్పందన ఆమెలో కనిపించక తప్పదు. అదే వామాక్షి స్పందనం స్త్రీలకు శుభప్రదం.

35. విశాలాక్షి యొక్క వామోరుభాగస్పందనము :

"వామశ్చాస్యాః కరరుహ పదైః ముచ్యమానో మదీయైః
ముక్తాజాలం చిరపరిచితం త్యాజితో దైవగత్యా ।
సంభోగాంతే మమ సముచితో హస్త సంవాహనానాం,
యాస్యత్యూరు స్సరస కదళీ స్తంభ గౌరశ్చలత్వం ॥" (2-35)

సోదరా! ఇతఃపూర్వం మేమిద్దరం శయనగృహంలో ఏకాంతంగా ఉన్నప్పుడు నా గోళ్లు తగిలి ఆమె నడుమున ధరించిన ముత్యాల మొలనూలు తెగిపోయేది. ముత్యాలన్నీ జలజలా రాలాయి. ఆమెపై ప్రేమతో నేను ఆమెను చేతులతో స్పృశించి, రసవంతములైన కదళీస్తంభం (అరటి చెట్టు కాండభాగము వలె, మృదువుగా అందంగా ఉండే ఆమె యొక్క ఊరు భాగం (తొడ) ఒక్కసారిగా స్పందించేది. నేను దూరంగా ఉన్నప్పటికీ ఇప్పుడు కూడా ఉపకారం చేసే మహానుభావుడివి కనుక నా రాక కోసం ఎదురుచూస్తున్న నా ఇంటి దీపం నా క్షేమసమాచారం తనకు చెప్పటానికి సిద్ధంగా ఉన్న నిన్ను అసంకల్పితంగా చూసేటప్పటికి మరో శుభశకునం. వామోరుస్పందనం. అని నేను ఊహిస్తున్నాను.

36. స్వప్నంలో యక్షిణి భర్తను కలుసుకున్న విధం :

"తస్మిన్ కాలే జలద యది సా లబ్ధనిద్రాసుఖా స్యాత్,
అన్వాస్యైనాం స్తనిత విముఖో యామమాత్రం సహస్వ ।
మా భూదస్యాః ప్రణయిని మయి స్వప్నలబ్ధే కథంచిత్
సద్యః కంఠచ్యుత భుజలతాగ్రంథి గాఢోపగూఢం ॥" **(2-36)**

ధారాధరా! నీవు మా భవనం చేరేసరికి, నా శ్రీమతి కలతనిద్రలో ఉండవచ్చు అది బ్రాహ్మీముహూర్త సమయం రాత్రి భాగంలో చివరి యామం (తెల్లవారు జాము) దయచేసి ఒక యామసమయం. అంటే ఏడున్నర ఘడియల సమయం, ఘడియ అంటే పంచాంగకాలమానం ప్రకారం ఇరవై నాలుగు నిముషాలు, మొత్తం లెక్కిస్తే నూట ఎనభై నిముషాలు, మూడు గంటలు, ఒక జాము సేపు నిరీక్షించు నాయనా! విశాలాక్షికి రాత్రంతా విరహబాధతో నిద్రపట్టదు. వేకువజామున మగత నిద్ర పట్టి ఉంటుంది. కలలనిద్ర కలత నిద్రే కదా! నన్ను గూర్చే స్మరిస్తూంటుంది, 'యద్భావం, తద్భవతి' కనుక నా కాగిలిలో ఉన్నట్టు స్వప్నం రావచ్చును. ఆ మధుర సన్నివేశానికి ఆటంకం కలిగించకు ఉరుములు మెరుపుల వంటి ఆడంబరాలు తెచ్చుకోకు. మౌనంగా నిరీక్షించు తెల్లవారు జామున వచ్చిన కలలు నిజమౌతాయని పెద్దలంటారు. కనుక స్వప్నావస్థలో ఆనందంతో ఉన్న ఆమెకు ఆటంకం కలిగించకుండా, సంచరించు.

37. విశాలాక్షికి మేఘసందేశ వివరణం :

'తాముత్థాప్య స్వజల కణికా శీతలేనానిలేన,
ప్రత్యాశ్వస్తాం సమమభినవై ర్జాలకై ర్మాలతీనాం ।

విద్యుద్గర్భ స్తిమిత నయనాం త్వత్సనాథేగవాక్షే
వక్తుం ధీరస్తనిత వచనై ర్మానినీం ప్రక్రమేథాః ॥" (2-37)

పర్జన్యా! కిటికీలోంచి ఆమె పరిస్థితిని గమనించు. జాగృతిని పొందే సమయంలో నీలోని మెరుపులను ప్రదర్శించకు. నిశ్శబ్దంగా నీ శీతలనీరములను ఆమెపై ప్రోక్షించు దక్షిణభాగంలోని గవాక్షం కనుక మలయసమీరం కూడా చల్లగా వీస్తుంది. ఆమె లేస్తుంది. మాలతీలత యొక్క మొగ్గల్లా ఆమె ముకుళితవదనగా నీకు కనిపిస్తుంది. నిన్ను చూడగానే తత్తరపాటు కలుగుతుంది. 'ఎవరీ కొత్తవ్యక్తి. ఇక్కడ కూర్చున్నాడేమిటి ఈ సమయంలో' అని సంభ్రమంగా లేస్తుంది. నీవు కంగారుపడకు. అభిమానవతులలాగే ఉంటారు. విద్యుద్గర్భుడవు నీవు నీలో మెరుపులకే తేజస్సులుంటాయి. కాంతివంతమైన హృదయం కలవాడివి. స్థిమితంగా అక్కడే ఉండు. ఉరుములనే మాటలుగా నా ధర్మపత్నికి నా క్షేమసమాచారాన్ని చెప్పటం ప్రారంభించు. నీలవర్ణుడవైన నిన్ను ఆహ్వానించని వాళ్లెవరు? మొదట సంభ్రమంతో ఉన్నా తరువాత ప్రశాంతత సౌజన్యం రూపు దాల్చిన నిన్ను చూసి ఆనందిస్తుంది. సాత్త్విక గుణసంపన్నులకు పరస్పర సుదర్శనం శుభావహమే కదా!

38. విశాలాక్షికి మేఘుడు విన్నవించిన స్వీయపరిచయం :

"భర్తుర్మిత్రం ప్రియమవిధవే విద్ధిమాం అంబువాహం,
తత్సందేశైః హృదయనిహితై రాగతం త్వత్ సమీపం ।
యో బృందాని త్వరయతి పథి శ్రామ్యతాం ప్రోషితానాం,
మంత్రస్నిగ్ధై ర్ధ్వనిభి రబలా వేణి మోక్షోత్సుకాని ॥" (2-38)

"అనుజా! గంభీరములైనవి నీ మాటలు. చాతుర్యంతో మాట్లాడగలవు సతీసతులకు అనుసంధానకర్తవు. కనుక నీ మాటలు వినటానికి సిద్ధంగా ఉన్న విశాలాక్షికి నిన్ను నీవు పరిచయం చేసుకో! ఎలాగో తెలుసా! "సౌభాగ్యవతీ! నీవు పుణ్యస్త్రీవి. నీ భర్త రామగిర్యాశ్రమంలో క్షేమంగా ఉన్నాడు. నేను అతని ప్రియమిత్రుడిని, మేఘుడిని ఉరుములు నా ధ్వనులు, మెరుపులు నా కాంతులు. నీ భర్త నీకు చెప్పమన్న మాటలు నా హృదయంలో జలబిందువుల్లా నిండిపోయాయి. చల్లటి గాలితో వచ్చాను. నీ పతి నిన్ను గుర్తుపట్టటానికి కొన్ని లక్షణాలు చెప్పాడు. కనుక నిన్ను సులభంగా గుర్తించాను. నా ప్రస్థానం మంగళప్రదమైనది. సందేశవాహకుడైన మేఘుడిగానే నన్ను భావించకు. దూరదేశాల్లోని సతీపతులను ప్రేయసీప్రియులను కలుపగల సంధానకర్తనని తెలుసుకో. కారణాంతరాల

వల్ల ప్రేమికులు ఒకరికొకరు దూరమవుతారు. సహజమే. అలాంటి పరిస్థితిలో నేను ఉరుములకే ఉపదేశాలుగా వాళ్లను తొందరపెడతాను ప్రేయసీమణులను కలుసుకోమని. నేను హెచ్చరించనక్కరలేదు. వర్షామేఘుడినైన నేను వియోగంతో తపిస్తున్న తరుణుల దగ్గరకు వెళ్లగానే వాళ్లకు అర్థమవుతుంది. వర్షాకాలంలో ఎడబాటును సహించలేరు కామినీకాముకులు. నీ నాథుడు ప్రవాసానికి వెళ్లేముందు ఏకవేణీధరవు. ఇప్పటికీ అలాగే ఉన్నావు. అచిరకాలంలో నీ ప్రాణనాథుడు నీ దగ్గరకు వస్తాడు. నీ శిరోజాలను సంస్కరిస్తాడు. నిన్ను ఊరడిస్తాడు. నీ దుఃఖానికి స్వస్తి చెప్పు తల్లీ!

39. విశాలాక్షి సందేశాన్ని వినే పద్ధతి :

"ఇత్యాఖ్యాతే పవనతనయం మైథిలీ వోన్ముఖీ సా,
త్వాము త్కంఠో చ్ఛ్వసిత హృదయా వీక్ష్య సంబావ్య చైవ ।
శోష్యత్యస్మాత్ పరమనహితా సౌమ్య సీమంతినీనాం,
కాంతోదంత స్సుహృదుపనత స్సంగమాత్ కించిదూనం॥" **(2-39)**

సోదరా! అశోకవనంలో శ్రీ సీతామహాదేవి శ్రీరామదూతయైన హనుమంతుడు తన భర్త అయిన శ్రీరామచంద్రుడు పంపగా వచ్చినవాడు అని తెలుసుకున్న తరువాత ఎంత సంతోషంతో ఆ సందేశాన్ని విన్నదో ఎంత ఆనందించిందో, అంత సంతోషంతో తలపైకెత్తి నిన్ను చూసి నీవు చెప్పే నా క్షేమసమాచారాన్ని వినటానికి సిద్ధపడుతుంది. నా సతీమణి విశాలాక్షి ఎంతో ఉత్కంఠతతో నీ ద్వారా నా సందేశాన్ని వినాలని ఉత్సాహాన్ని తెచ్చుకుంటుంది. సతీవియోగంతో శ్రీరామచంద్రప్రభువు ఎంత బాధపడ్డాడు! అందులోనూ రావణాసురుడపహరించాడని తెలిసిన తరువాత ఆయన పొందిన సంతాపానికి హద్దు ఉన్నదా! జానకీదేవి కారణంగానే కదా రాక్షససంహారం జరిగింది. శ్రీ సీతారాములు విహరించిన దివ్య ప్రదేశమే రామగిరి ఆశ్రమం. శాపం వరంగా పరిణమించింది నా విషయంలో. ఆ పుణ్యదంపతుల అడుగుజాడలతో పవిత్రమైన ఆశ్రమప్రదేశాలలో తిరగటం ఎంత భాగ్యవిశేషం వారి అనుగ్రహంతోనే నీ దర్శనం కలిగింది మిత్రమా!

నేను పంపగా వచ్చావనీ, రామగిర్యాశ్రమ ప్రదేశము నుండి వచ్చావనీ విన్న తరువాత నా శ్రీమతి సంతోషానికి అవధి ఉండదు. ఎంతో గౌరవంగా చూసి సౌజన్యం కలిగిన నిన్ను ఆదరిస్తుంది. పుణ్యస్త్రీలకు తమ భర్తల నుండి సందేశం వచ్చిందని తెలిస్తే సంతోషించరా! అందులోనూ తమ నాథుల క్షేమ సమాచారాన్ని తెలుసుకొన్న సతీమణులను వారిని ప్రత్యక్షంగా కలుసుకున్నంత ఆనందం కలుగుతుంది.

40. యక్షుడి సందేశ విశేషం :

"తా మాయుష్మన్ మమ చ వచనా దాత్మనశ్చోపకర్తుం,
బ్రూయా ఏవం తవ సహచరో రామగిర్యాశ్రమస్థః ।
అవ్యాపన్నః కుశల మబలే పృచ్ఛతిత్వాం నియుక్తః,
పూర్వాభాష్యం సులభవిపదాం ప్రాణినామేతదేవ ॥" (2-40)

అనుజా! ఆయుష్మాన్ భవ! దశరథరాముడి క్షేమసమాచారాన్ని జానకీ దేవికి చెప్పి, ఆ తల్లియొక్క క్షేమవార్తను ఆ ప్రభువుకు చెప్పి ఉభయులకు ఊరట కలిగించిన అంజనా తనయుడు సుందరమూర్తియై చిరంజీవి అయ్యాడు. అలాగే నా క్షేమసమాచారాన్ని నా ధర్మపత్నికి, చెప్పి మా జంటకు ఆనందాన్ని కలిగించే నీవు పరోపకార పరాయణుడివి ఆయుష్మంతుడివిగా వర్ధిల్లు. జీవనప్రదాతవైన నీవు నా సతీమణికి ఇక్కడి నా సమాచారాన్ని యథాతథంగా వివరించు. నా మాటగా చెప్పు. "ఓ దీర్ఘ సుమంగళీ! నీ భర్త చిత్రకూట పర్వతప్రాంతంలో ఉన్నాడు. శ్రీ సీతారాములు నడయాడిన పవిత్రములైన రామగిర్యాశ్రమ ప్రదేశాల్లో నివసిస్తున్నాడు. క్షేమంగా ఉన్నాడు. నిన్ను గురించే పరితపిస్తున్నాడు. నీ క్షేమాన్ని అడుగుతున్నాడు. నీవెలా వియోగతప్తురాలివో, అలాగే నీ నాథుడు కూడా విరహబాధా సంతప్తుడు విధి లిఖితాన్ని తప్పించగలమా! కష్టాలు కలకాలం ఉండవు. ఊరడిల్లు నీ భర్త నిన్ను కలుసుకుంటాడు శీఘ్రకాలంలోనే.

41. సతీపతుల విరహవేదనా సమానత్వ సందేశం :

"అంగే నాంగం ప్రతను తనునా గాఢతప్తేన తప్తం,
సాస్రేణాశ్రు ద్రుత మవిరతోత్కంఠ ముత్కంఠితేన ।
ఉష్ణోచ్ఛ్వాసం సమధిక తరోచ్ఛ్వాసినా దూరవర్తీ,
సంకల్పైస్తైర్విశతి విధినా వైరిణా రుద్ధమార్గః ॥" (2-41)

ఓ తన్వీ! ఇద్దరమూ విరహసంతప్తులమే. ఏనాటి దోషమో మన అన్యోన్య దాంపత్యం ఈ వియోగస్థితికి చేరుకుంది. విధి బలీయం. అనుల్లంఘనీయం. ప్రేమైక జీవులమైన మనకు ఇంత కఠినమైన శిక్షా! అనూహ్యమైన పరిస్థితి. వేడి నిట్టూర్పులతో నీవు ఎలా తపిస్తున్నావో నాకు తెలుసు, ఏమీ చేయలేని స్థితి, ఓదార్చలేని దయనీయమైన అవస్థ. ఎడతెగని కన్నీళ్ళతో ఎలా శుష్కించావో ఊహించగలను.

"హరిణాపి హరేణాపి బ్రహ్మణాపి సురైరపి ।
లలాట లిఖితా,రేఖా పరిమార్జ్ఞుం న శక్యతే ॥" అని శాస్త్ర వచనం.

హరిహరులు బ్రహ్మేంద్రాదులు కూడా నుదుటిరాతను మార్చలేరు. అనుభవించక తప్పదు. జీవితం ఎప్పుడూ సుఖంగా ఉండదు కదా! కష్టసుఖాలు కావడి కుండలు, రెండింటిని సమానంగా మోయవలసిందే. జీవనమార్గం నిరంతరం సరళంగా ఉంటుందా! చీకటి వెలుగులు ఒకదాని వెంట ఒకటి వస్తూనే ఉంటాయి. సుఖం తరువాత దుఃఖం దుఃఖం తరువాత సుఖం రెండింటినీ భరించవలసిందే. విరహబాధతో పరితపించే సతీపతులకు మనోవ్యథ సమానమే. కష్టాల కడలి అంచుకు చేరాం తీరానికి చేరుతున్నాం. ఇక కన్నీటికి స్వస్తి పలుకుదాం.

42. మేఘుడు యక్షుడి సందేశాన్ని తన మాటలలో యక్షిణికి తెలియజేసే పద్ధతి :

"శబ్దాఖ్యేయం యదపి కిలతే యస్సఖీనాం పురస్తాత్,
కర్ణే లోలః కథయితుమభూత్ ఆనన స్పర్శ లోభాత్ ।
సోऽ తి క్రాంత శ్రవణ విషయం లోచనాభ్యా మదృశ్యః,
స్త్వాముత్కంఠా విరచిత పదం మన్ముఖే నేదమాహ॥" (2-42)

సుమంగళీ విశాలాక్షీ! నీ ప్రియుడు అనుంగు మిత్రుడు. మా యిద్దరి స్నేహబంధం అద్వితీయం. అనూహ్యం. మీ అన్యోన్యానురాగ దాంపత్యం అవగతం చేసుకున్నాను. ఇద్దరూ ప్రేమరసైక జీవులు. సౌజన్యం సౌశీల్యం సౌందర్యం ఈ మూడూ మీ ఇరువురిలోనూ నిరుపమానములు నీ చెలికత్తెల ఎదుట చెప్పటానికి అవకాశం లేని మీ సరస సల్లాపాలు. విలాస చేష్ఠలు ఎన్నో ఉన్నాయి. నీకు ఇప్పుడు చెప్పవలసిన పని లేదు. ఆ మధుర స్మృతులు జ్ఞాపకం చేసుకో! ఊరట పొందు. ప్రేయసీప్రియుల శృంగారచేష్ఠలు రహస్యంగానే ఉండాలి కదా! నీ ముఖపద్మాన్ని ముద్దాడాలని నీ పతి కోరిక రహస్య ప్రణయ సంభాషణను నీ చెవిలో రహస్యంగా చెప్పాలనే వాంఛ, సార్థకములైన నీ విశాలాక్షులను ప్రత్యక్షీకరించు కోవాలనే ఉబలాటం. నేను నిమిత్తమాత్రుడిని. ఇంతకంటే నేనేమి చెప్పను!

43. ధర్మపత్ని విశాలాక్షి యొక్క రూపలావణ్య వర్ణన :

"శ్యామా స్వంగం చకిత హరిణీ ప్రేక్షణే దృష్టి పాతం,
వక్త్రచ్ఛాయాం శశిని శిఖినాం బర్హభారేషు కేశాన్ ।

ఉత్పశ్యామి ప్రతనుషు నదీ వీచిషు భ్రూవిలాసాన్,
హంతైక కస్మిన్ క్వచిదపి నతే చండి సాదృశ్య మస్తి ॥" (2-43)

దీర్ఘసుమంగళీ విశాలాక్షీ! సౌందర్యానికి కొన్ని పోలికలు చెపుతారు. ఆలంకారికులు. కాని ఆ సాదృశ్యం వాటిలో నాకు కనిపించదు. ప్రియంగులత (ప్రియంగు పుష్పలత) లా సౌందర్యవతి శరీరం సన్నగా లావణ్యంతో ఉండాలంటారు. ఈ బెదురు చూపులతో విశాల నేత్రాలు కలిగిన హరిణి (ఆడజింక)లా చంచలాక్షులుండాలంటారు. నగుమోము పున్నమి నాటి చంద్రుడిలా ఉండాలంటారు. కేశపాశం మయూరపింఛంలా నైగనిగ్యంతో ఉండా లంటారు. కనుబొమల విలాసాలు సెలయేటి ప్రవాహ భంగిమల్లా ఉండాలంటారు. కానీ వాటితో పోలికలేమిటి. అని కోపంగా నన్ను చూసే ఓ చండీ! వాటిలో నీ సాదృశ్యం నాకు కనిపించలేదు. ఎందుకో తెలుసా! ప్రియంగు (స్వర్ణపుష్పీ) లత మరీ సన్నగా ఉండి నీరసస్థితిలో ఉంటుంది. ఒంపుసొంపులు ఒయారాలతో అందమైన నీ శరీర ధాగధగ్యం ఆ పూలతీగలో కనిపించదు. మనోహరములైన నీ చూపులు ప్రేమను ఉప్పొంగిస్తాయి. మందహాసాలు కురిపిస్తాయి. అలాంటి నవ్వుతో కూడిన చూపులు ఆడజింకల కళ్ళల్లో కనిపించవు. ఇక సుందర, దరహాసాన్వితమైన నీ వదనం స్వచ్ఛంగా దోషరహితంగా ఉంటుంది. ఆ తాళతళ్యం మచ్చ కలిగిన పూర్ణచంద్రుడిలో లేదు. సుదీర్ఘమైన నల్లటి నీ తలకట్టు దట్టంగా నిగనిగలాడుతూ ఉంటుంది. నెమలి యొక్క రంగు రంగుల పింఛంలో ఆ నైగనిగ్యమెక్కడిది! అందమైన నీ కనుబొమల వక్రత ధనుస్సులా ఆకర్షణీయంగా ఉంటుంది. ఆ ఒంపుసొంపు సెలయేటి ప్రవాహంలో ఉంటుందా! ప్రకృతిలో ఎటు చూసినా నీ అంగాంగ సౌందర్యం ఎక్కడా కనిపించదు. దైవదత్తమైన లావణ్యమది. మళ్ళీ నిన్ను చూస్తేనే సర్వాంగసౌందర్యం దర్శనమవుతుంది. ఎక్కడా సాదృశ్యం కనిపించని గొప్పదైన అందం కలిగిన నిన్ను ఒక్క క్షణం కూడా మరచిపోలేదు ప్రియతమా!

44.విశాలాక్షి యొక్క రూపాన్ని చిత్రీకరించిన విధం :

"త్వామాలిఖ్య ప్రణయకుపితాం ధాతురాగై శ్శిలాయాం,
ఆత్మానంతే చరణపతితం యావదిచ్ఛామి కర్తుం ।
అస్రై స్తావ న్ముహురుపచితైః దృష్టి రాలుప్యతేమే
క్రూరస్తస్మిన్నపి చ సహతే సంగమం నౌ కృతాంతః ॥ (2-44)

ప్రియతమా విశాలాక్షి! ఎక్కడా నీ రూప సాదృశ్యం లభించలేదు. నిన్ను చూడాలి అనే కాంక్ష ఎక్కువై ఒక నిర్ణయానికి వచ్చాను. ఆశ్రమంలో ఒక శిలాఫలకమున్నది.

రామగిరిపై గైరికాది ధాతువులను (రంగురాళ్లను) తెచ్చాను. వాటితో నీ చిత్తరువును చిత్రించాను. ఎందుకో కించిత్తు కోపంతో నావైపు చూస్తున్నట్లనిపించింది. ఆ చిత్రం ఎందుకలా వచ్చింది? ఆ సమయంలో మన భవనంలో విరహబాధతో కలిగిన కోపం వచ్చిందేమో నీకు! వెంటనే ఒక ఆలోచన కలిగింది. నీ పాదాలు పట్టుకొని నీ కోపం పోగొట్టేందుకు ప్రయత్నిస్తున్నట్లుగా నా చిత్రాన్ని చిత్రించటం ప్రారంభించాను. ఇంతలో ఎందుకో కళ్లు చెమర్చాయి, అంతే కన్నీళ్లు బొటాబొటా రాలాయి. దుఃఖాశ్రుధారలతో చిత్రీకరణ పూర్తి కాలేదు. కనీసం చిత్రాలలోనైనా నిన్ను నేను ముట్టుకొనే అవకాశాన్ని కలిగించలేదు విధి. ఇంతకంటే దురదృష్టముంటుందా? విధివంచితులమయ్యాము.

45. హేమమాలి యొక్క స్వప్నంలో విశాలాక్షీ దర్శనం :

"మా మాకాశ ప్రణిహిత భుజం నిర్దయాశ్లేషహేతోః,
లబ్ధాయాస్తే కథమపిమయా స్వప్నసందర్శనేషు ।
పశ్యంతీనాం నఖలు బహుశో స్థలీదేవతానాం
ముక్తా స్థూలా స్తరుకిసలయే ష్వశ్రులేశాః పతంతి ॥" **(2-45)**

ప్రియసఖీ! చిత్రీకరణలో కూడా నీ లావణ్యాన్ని ప్రకటించలేకపోయానని చింతిస్తూండేంతలో చీకట్లు కమ్ముకున్నాయి. నక్షత్రోదయమయింది. శిలాతలంపై శయనించానే కానీ నిద్ర వస్తే కదా! రాత్రి మూడవయామం కూడా దాటింది. మగతగా ఉంది. అలా కళ్లు మూసుకున్నాను. నీ రూపం మనోజ్ఞంగా ప్రత్యక్షమైనది. నిద్ర పడితేనే కదా కల రావటం! మరి స్వప్నమా ఇది కాదేమో! ప్రత్యక్షంగా దగ్గరకు రమ్మని పిలుస్తున్నట్లుంది. హా ప్రియా! అంటూ చేతులు చాపి ముందుకు వెళ్లాను. ఎవరున్నారక్కడ! అంతా శూన్యం. అప్పుడనిపించింది. అది స్వప్నమని. నా బాధకు హద్దు లేదు. కన్నీరు జాలు వారింది. చూస్తున్నారు వనదేవతలు, నా పరిస్థితిని గమనించారు తట్టుకోలేకపోయారు. వాళ్లకు కూడా కన్నీళ్లు వచ్చాయి. వాళ్లు మహాత్ములు కదా! వారి కన్నీళ్లు నేలపై పడకూడదు. "మహాత్ములు గురుదేవులు మహాపురుషులు అలాంటివాళ్ల కన్నీళ్లు భూమిపై పడితే సమస్త జీవులకు మహాదుఃఖం కలుగుతుంది. ప్రకృతివైపరీత్యాలు జననష్టం కలుగుతాయి' అని ధర్మశాస్త్ర వచనం. అందుకే కాబోలు వనదేవతల కన్నీళ్లు చెట్లకొమ్మలపై చిగుళ్ల మీద పడ్డాయి.

46. అలకాపురి నుండి రామగిరికి వీస్తున్న హిమానిలమును కౌగిలించుట :

"భిత్వా సద్యః, కిసలయ పుటాన్ దేవదారుద్రుమాణాం,
యే తత్ క్షీర స్రుతి సురభయో దక్షిణేన ప్రవృత్తాః ।
ఆలింగ్యంతే గుణవతి మయా తే తుషారాద్రి వాతాః
పూర్వ స్పృష్టం యది కిల భవేదంగమేభిస్తవేతి ॥"(2-46)

అర్ధాంగీ! ప్రకృతి కూడా మనకు ఊరట కలిగిస్తున్నది. హిమగిరి శిఖరాలలోని దేవదారు వృక్షాల మీదుగా ఉత్తర దిశ నుంచి దక్షిణ దిశకు వీస్తున్న శీతల సమీరం. దేవదారు వృక్షాల మీదుగా ఆ పుష్ప సౌరభాన్ని వెంటబెట్టుకొని మన గృహానికి వచ్చింది. నిన్నానందింపజేసింది. దేవదారు వృక్షాల చిగుళ్లలోని సౌకుమార్యాన్ని నీకు సమర్పించింది. ఆ మారుతములు దక్షిణ దిశగా సాగి నా దగ్గరకు వచ్చాయి. నీ స్పర్శతో లాలిత్యాన్ని పొంది హిమసమీరాలు నన్ను స్పృశించి ఆనందింపజేశాయి. చిత్రకూటాద్రి మీదుగా రామగిరికి వచ్చిన మారుతాలు ఉత్తర దిగ్భాగము నుండి దక్షిణ దిగ్భాగం వరకు వ్యాపించి తరువాత నన్ను స్పృశించటం వల్ల నీ గాత్ర స్పర్శ నన్ను పులకింప జేసింది. నాకు ప్రశాంతినిచ్చింది. వియోగ సంతప్తత వల్ల కలిగే దుఃఖాన్ని పోగొట్టి ఊరడించింది. సురభిళసమీర సమూహాన్ని స్వాగతించాను. పవన సముదాయాన్ని దర్శిస్తే నిన్ను చూసినట్లయింది. అందుచేతనే ఆనందంతో ఆలింగనం చేసుకున్నాను. వాయువే కదా ప్రాణాధారమందరికీ, సమీరుడు అనంగుడు. అయినప్పటికీ మూర్తీభవించిన సౌకుమార్యం కలిగి ఉండటం చేత, నీ ఆలింగన సౌభాగ్యం దక్కింది నాకు. ప్రియా! ఆ సమీరాలలో నీకే కనిపించావు.

47, 48. హేమమాలి యొక్క విరహవేదనా వర్ణన :

ధారాసిక్త స్థలసురభిణ స్త్వన్ముఖస్యాస్య బాలే,
దూరీభూతం ప్రతనుమపిమాం పంచబాణః క్షిణోతి ।
ఘర్మాంతే ఽ స్మిన్ విగణయ కథం వాసరాణి వ్రజేయుః ।
దిక్సంసక్త ప్రవితత ఘనవ్యస్త సూర్యాతపాని ॥"

మేఘ సందేశం

సంక్షిప్యేత క్షణ ఇవ కథం దీర్ఘయామా త్రియామా,
సర్వావస్థా స్వహరసి కథం మందమందాతపం స్యాత్ ।
ఇత్థం చేత శ్చటుల నయనే దుర్లభ ప్రార్థనం మే,
గాఢోష్మాభిః కృతమశరణం త్వద్వియోగ వ్యథాభిః ॥" (2-47,48)

ప్రాణేశ్వరీ! తొలకరి జల్లుతో పృథ్వీ సౌరభమెంత ఆకర్షణీయమో పద్మముఖివైన నీ వదన సౌరభం అంత ఆకర్షణీయం. అలాంటి నీ వదనారవిందానికి దూరమై ఎనిమిది నెలలుగా విరహితుడనై కృశించి పోయాను. నాపై కనికరు లేకపోగా రాత్రింబవళ్ళు సుమశరాల ప్రయోగంతో ఇంకా కృశింపజేస్తున్నాడు. కుసుమశరుడు

"అరవింద మశోకంచ, చూతంచ నవమల్లికా ।
నీలోత్పలం చ పంచైతే, పంచబాణస్య సాయకాః॥"

అరవిందం, అశోకం, చూతం, నవమల్లికా, నీలోత్పలం (పద్మం, అశోక పుష్పం, మామిడి పువ్వు, మల్లెపూవు, నల్లకలువ) అయిదూ మన్మథబాణాలే. ఒక్కొక్కటి ప్రభావం విశేషంగా ప్రదర్శిస్తుంది. శ్రీ మహాలక్ష్మీ నారాయణులు ముద్దుబిడ్డడు ఆ మన్మథుడు. చెఱకుగడయే ధనుస్సు. భ్రమరావళి (తుమ్మెదల వరుస) నారి (అల్లెత్రాడు) పంచ ప్రసూనాలు పంచాస్త్రాలు ఒకసారి ఏం జరిగిందో తెలుసా! హిమగిరి సానువులపై పరమేశ్వరుడు ధ్యానంలో ఉండగా హైమవతీదేవి ఆయన పాదాలను పుష్పాలతో పూజిస్తోందట. అంతకంటే మంచి సమయం లభించదని సుమశరుడు ముక్కంటిపై శరసంధానం చేశాడు. స్వామివారి ధ్యానం బెదిరించి, భక్తిపారవశ్యంతో పాదపూజ చేస్తున్న పార్వతిపై దృష్టి ప్రసరించింది. ఎందుకిలా మనస్సు చలించింది అని అంతర్దృష్టిని సారించాడు. పినాకపాణి, విషయమవగతమైనది ఎదురుగా మరో ప్రసూనాస్త్రాన్ని ప్రయోగించటానికి సిద్ధంగా ఉన్న పంచబాణుడిని తీక్ష్ణంగా వీక్షించాడు. జ్వాలానేత్రం తెరుచుకుంది. ఒక్కక్షణంలో భస్మీభూతుడయ్యాడు. సుమశరుడు అతని భార్య రతీదేవి ప్రార్థించింది. మహాత్ముల కోపం క్షణికం, పార్వతీపరమేశ్వరుల పరిణయ శుభవేళలో అనంగుడై, (శరీరం లేనివాడై పునర్జీవితుడయ్యాడు. అయినా ఆయన విజయగర్వితుడే, వర్షర్తు ప్రారంభమైనా గ్రీష్మర్తు తాపం తగ్గలేదు. పగలు ఈ తాపం రాత్రులు మరో తాపం (విరహబాధ) ఈ వర్షర్తు సమయాన్ని ఎలా గడపాలో తెలియటం లేదు. చాతుర్మాస్యం గడపవలసి ఉన్నది.

విశాలాక్షీ! వర్షర్తు శరదృతు సమయాలలో పగటి భాగాలు తక్కువ రాత్రిభాగాలు ఎక్కువ. పగళ్లు మేఘావృతాలు రాత్రిళ్లు మదతాపావృతాలు. త్రియామా (మూడు జాముల) సమయాన్ని కలత నిదురలతో గడపాలి. ఆ తపం (ఎండ) మందంగా ప్రసరిస్తుంది. ఇప్పుడే కదా సూర్యోదయమైనది అప్పుడే సూర్యాస్తమయమా! అనిపిస్తుంది. విరహవేదనా వ్యధితులకు క్షణమొక యుగం. కలిసి ఉన్నపుడు ప్రణయైక జీవులు సంవత్సరాల్లు కూడా మధురక్షణాలుగా గడచిపోతాయి. వెచ్చటి నిట్టూర్పులతో వియోగతాప వ్యథిత చిత్తంతో ఈ సమయాన్ని భారంగా గడుపుతున్నాను.

49.ధర్మపత్నికి ధైర్యం చెపుతున్న ప్రాణనాథుడు :

"నన్వాత్మానం బహువిగణయన్ ఆత్మనైవావలంబే,
తత్ కల్యాణి త్వమపి నితరాం మాగమః కాతరత్వం ।
కస్యైకాంతం సుఖముపనతం దుఃఖమేకాంతతో వా,
నీ చైర్గచ్ఛత్యుపరి చ దశా చక్రనేమి క్రమేణ ॥(2-49)

కల్యాణీ! అన్యోన్యంగా ప్రేమైక జీవులమై జీవనమాధుర్యాన్ని ఆస్వాదించాలి, ఇప్పుడు కష్టకాలం వచ్చింది. అంతమాత్రాన అధైర్యం పొందుతామా! నీకు దూరమై ఒంటరిగా లేనా నేను! ఆ పరమేశ్వరానుగ్రహంతో నన్ను నేను నిగ్రహించుకున్నాను. ఎల్లకాలమూ కష్టాలుండవు. సుఖాలూ నిరంతరాయంగా ఉండవు.

"కాలక్రమేణ జగతః పరివర్తమానా।
చక్రార పంక్తిరివ గచ్ఛతి, భాగ్యపంక్తిః ॥"

ఇది జీవిత చక్రం. చక్రం యొక్క అంచులు కిందికీ పైకీ తిరుగుతూనే ఉంటాయి. ఒకసారి పైకి వచ్చిన నేమి (అంచు) మరోసారి కిందికి వస్తుంది. "కాలో హ్యయం నిరవధి ర్విపులా చ పృథ్వీ" భగవత్ స్వరూపమైన కాలం అనంతం, విశాలమైనదీ భూతలం. చక్రములోని అరలు ఒక్కొక్కటి పైకి వెళతాయి. కిందికి వస్తాయి. మళ్లీ పైకి వెళతాయి. మళ్లీ కిందికి వస్తాయి. కష్టసుఖాలు అంతే, ఇది జగమెరిగిన సత్యం కనుక నిబ్బరంగా ఉండు, శాపావసానమయం దగ్గర పడుతున్నది. పార్వతీపరమేశ్వరుల అనుగ్రహం మనకుంటుంది. కొంచెం ఓపిక పడితే మన విరహం దూరమవుతుంది. ప్రభువైన కుబేరుడి అనుగ్రహం కూడా లభిస్తుంది. పూర్వవైభవం కలుగుతుంది.

50. 'వర్షభోగ్యేన భర్తుః', కుబేరుడు విధించిన సంవత్సర ప్రవాసం పూర్తి అవుతున్నది మళ్లీ ఆనందం పొందవచ్చు:

"శాపాంతో మే భుజగశయనా దుత్థితే శార్జ్గపాణ్,
శేషాన్మాసాన్ గమయ చతురో లోచనే మీలయిత్వా।
పశ్చాదావాం విరహగణితం తం తమాత్మా భిలాషం,
నిర్వేక్ష్యావః పరిణత శరచ్చంద్రికాసు క్షపాసు ॥" (2-50)

రమణీమణీ! 'ఆషాఢస్య ప్రథమదివసే ఆశ్లిష్టసానుర్మేఘః దృష్టః' ఆషాఢమాసం శుక్లపక్ష ప్రతిపత్ (పాడ్యమి) రోజున చిత్రకూట పర్వత శిఖరాన్ని స్పృశించిన మేఘుడిని చూశాను. ఆ క్షణంలో అతని కంటె ఆప్తమిత్రుడు శ్రేయోభిలాషి ఎవ్వరూ లేరు. అని అనుకున్నాను. అది నిజం. నా ప్రార్థన నంగీకరించి నన్నాదరించి, నన్నోదార్చి సందేశ వాహకుడుగా బయలుదేరాడు రామగిరి నుంచి. సరిగ్గా ఇవ్వేళ ఆషాఢ శుద్ధ ఏకాదశి శ్రీమన్నారాయణుడు శేషతల్పం మీద శయనించే సమయం శయనైకాదశిగా ప్రసిద్ధమైనది. గ్రీష్మర్తు సమయానికి చివరి రోజులు. శ్రావణ భాద్రపదాలు వర్షర్తువు, ఆశ్వయుజ కార్తీకాలు శరదృతువు జాగ్రత్తగా గమనించు, కార్తిక శుద్ధ ఏకాదశి ఉత్థానైకాదశి అంటే శ్రీ మహావిష్ణువు శేషశయనం విడిచి లేచే రోజు. ఆయనకు యోగనిద్ర పూర్తి అయిన రోజు ఆ రోజు విశేషమేమిటో తెలుసా! కుబేరుడు విధించిన ప్రవాస అవధి (గడువు) పూర్తి అయ్యేరోజు, మళ్లీ మనం కలుసుకునే రోజు తలచుకుంటేనే తనువు పులకరిస్తుంది. ప్రియా! ఇతః పూర్వం శారదరాత్రులు వేవెలుగుల వెలుగులతో నిండిన నిశీధి సమయాల్లో మన భవన ప్రాంగణంలో మనం గడిపిన మధురక్షణాలు గుర్తున్నాయా! చంద్రకాంత మణిశిలావేదికలపై శృంగార క్రీడల్లో మునిగిపోయాము. మళ్లీ ఆ క్షణాలు మనకోసం ఎదురుచూస్తున్నాయి. ఏది జరిగినా మన మంచికే, ఆషాఢ శుద్ధ ఏకాదశి నుంచి కార్తీక శుద్ధ ఏకాదశి వరకు అంటే, శేషశయనుడి శయనైకాదశి మొదలు ఉత్థానైకాదశి వరకు ఆ స్వామి యొక్క యోగనిద్రా సమయాన్ని చాతుర్మాస్యవ్రత దీక్షానియమంగా భావించాలి. యతీశ్వరులు పరివ్రాజకులు సద్గురువులు ఆ నాలుగు మాసాలలో శిష్యులకు ఉపదేశాలు చేస్తూ యజ్ఞయాగాలను వ్రతాలను నిర్వహిస్తారు. రామాయణ భాగవత పారాయణలు ప్రవచనాలు జరుగుతుంటారు. వయోజనులు తీర్థయాత్రలు చేస్తారు. అలాంటి పవిత్ర పర్వదినాలలో మనం బ్రహ్మచర్యంతో భూశయనంతో ఏకభుక్తంతో భగవన్నామస్మరణ చెయ్యాలి.

అలకాపురిలో మనం చాతుర్మాస్య దీక్షనెలా చేశామో గుర్తుందా! పంచాక్షరీ మంత్రజపాలు, నమక చమక మంత్రాలతో ఏకాదశ రుద్రాభిషేకాలు, శివపురాణ పారాయణలు ఎంతబాగా చేస్తూండేవాళ్లం! ఈ ప్రవాసం కూడా ఒక దీక్షయే. కనుక ఈ నాలుగు నెలలూ శివనామ జపం చేస్తూ కళ్లు మూసుకో. శ్రీమన్నారాయణుడిని స్మరించుకో. ఇక్కడ నేను కూడా శివకేశవ నామసంకీర్తనలతో చాతుర్మాస్య దీక్ష పూర్తి చేస్తాను. అలా చేయడం ఉభయతారకం.

51. సందేశాన్ని చెప్పటానికి వచ్చిన మేఘుడిపై విశాలాక్షికి విశ్వాసం కలగటానికి హేమమాలి గుర్తు చేసిన ఏకాంత సంఘటన :

"భూయశ్చాహ త్వమపి శయనే కంఠలగ్నా పురామే
నిద్రాం గత్వా కిమపి రుదతీ సస్వరం విప్రబుద్ధా ।
సాంతర్హాసం కథిత మసకృత్ పృచ్ఛతశ్చ త్వయామే
దృష్ట స్స్వప్నే కితవ రమయన్ కామపి త్వం మయేతి ॥" (2-51)

మేఘుడంటున్నాడు విశాలాక్షితో, 'సౌభాగ్యవతీ! నీ భర్త చెప్పిన సందేశాన్ని విన్నావు కదా! మరో మాట విను. నాపై నీకు విశ్వాసం కలగడానికి నీ భర్త హేమమాలి మీ శయనమందిరంలో ఏకాంతంగా మీరిద్దరున్నపుడు జరిగిన మధురస్మృతిని జ్ఞాపకం చెయ్యమన్నాడు. శ్రీ సీతామహాదేవికి తనపై నమ్మకం కలగటానికీ, తాను రామదూతనని చెప్పటానికీ, శ్రీరామచంద్ర ప్రభువు యొక్క అంగుళీయకాన్ని అభిజ్ఞానంగా చూపించాడట. అలాగే మీ మధ్య జరిగిన ఏకాంత సంఘటన. అభిజ్ఞానం (గుర్తు)గా చెప్పమన్నాడు. నీ ప్రాణేశ్వరుడు- "ప్రియా! ఒకరోజు రాత్రి అంతఃపురంలోని శయనమందిరంలో మనం ఏకాంతంగా ఉన్నాము ఒకే శయ్యపై పడుకున్నాము. నీ కౌగిట్లో నేనున్నప్పుడు హఠాత్తుగా ఏడవటం మొదలుపెట్టావు. కళ్లు మూసుకునే ఉన్నావు. ఎందుకేడుస్తున్నావు. ఏం జరిగింది! అని నెమ్మదిగా అడిగాను ఏడుపు ఆపలేదు. మళ్లీ నిన్ను కుదుపుతూ అడిగాను ఏడుపును గురించి అప్పుడు కళ్లు తెరిచి ఏం చెప్పావో జ్ఞాపకముందా! ప్రియతమా! నాకో కల వచ్చింది. ఆ కలలో కనిపించిన దృశ్యం నాకు బాధ కలిగించింది. అదేమిటో తెలుసా! నీ కౌగిట్లో ఎవరో అందగత్తె ఉన్నది. ఆ స్వప్నం నాకెంతో కోపం కలిగించింది. ఆవిడ నిన్ను వదలటం లేదు. నాకు ఏడుపొచ్చింది. సరిగ్గా అప్పుడే నన్ను లేపావు. అది స్వప్నావస్థ

అని తెలిసింది. నాకే నవ్వు వచ్చింది. ఇంతకూ ఆ సుందరి ఎవరో కాదు నేనే' అంటూ ముసి ముసి నవ్వులొలకబోస్తూ మళ్లీ కౌగిట్లో ఒదిగిపోయావు".

52. విశాలాక్షిపై హేమమాలి యొక్క ప్రణయభావన :

"ఏతస్మాన్మాం కుశలిన మభిజ్ఞాన దానా ద్విదిత్వా
మా కౌలీనా దసిత నయనే మయ్య విశ్వాసినీ భూః ।
స్నేహా నాహుః కిమపి విరహే ధ్వంసిన స్తే త్వభోగాత్
ఇష్టే వస్తున్యుపచితరసాః ప్రేమరాశీ భవంతి ॥" (2-52)

దేవీ! మన మధ్యనే జరిగిన ఏకాంత సంభాషణ, తగిన అభిజ్ఞానమే కదా! ఆ సంఘటన వల్లనైనా నేను క్షేమంగా ఉన్నాననీ, మేఘుడు నేను పంపగా వచ్చిన నా మిత్రుడని విశ్వాసమేర్పడినది కదా! భార్యాభర్తలు దూరదేశాల్లో ఎడబాటుతో ఉన్నారనే విషయాన్ని గ్రహించిన లోకులు కొందరు అపవాదాలను కల్పిస్తారు. రకరకాలుగా మాట్లాడుతూ ఉంటారు. సతీపతుల మధ్య అనురాగం లేదంటారు. ఆ మాటలను వినకు.

"శృంగార హాస్య కరుణా రౌద్ర వీర భయ్యావాః ।
భీభత్సాద్భుత శాంతాశ్చ రసానవ ప్రకీర్తితాః ॥

శృంగార రసం, హాస్యరసం, కరుణరసం, రౌద్రరసం, వీర రసం, భయానక రసం, భీభత్స రసం, అద్భుత రసం, శాంతి రసం ఈ నవ రసాల్లో శృంగార రసం విశేషమైనది. నాయికా నాయకులు దూరంగా ఉంటే వారి మధ్య ప్రేమభావన తగ్గుతుందని అంటారు కొందరు. ఆ అభిప్రాయం సరియైనది కాదు. విప్రలంభశృంగారం ప్రియురాళ్లు ప్రియుల మధ్య రసాభినివేశాన్ని పెంచుతుందే కాని తగ్గించదు మనమధ్య కూడా శృంగారభావన పెరగటానికే ఈ విరహవేదన.

53. విశాలాక్షి యొక్క క్షేమసమాచారాన్ని ఆమె యొక్క సందేశాన్ని మేఘుడు తీసుకురావాలి :

"ఆశ్వాస్యైనం ప్రథమ విరహోదగ్రశోకాం సఖీంతే,
శైలాదాశు త్రినయన వృషోత్ఖాత కూటాన్ని వృత్తః ।
సాభిజ్ఞాన ప్రహిత కుశలై స్తద్వచో భిర్మమాపి,
ప్రాతః కుంద ప్రసవ శిథిలం జీవితం ధారయేథాః ॥" (2-53)

సోదరా పర్జన్యా! నా ప్రాణేశ్వరిని ఓదార్చు, యథాతథంగా నా మాటలను ఆమెకు వివరించు. ఆమె యొక్క విరహవేదననుపశమింపచేయగలవు. పార్వతీ పరమేశ్వరుల నివాసభూమి అయిన కైలాసగిరిని దర్శించు. నందీశ్వరుడెంత మహోన్నతుడో చూశావు కదా! శ్వేతగిరిలాంటి నందీశ్వరుడు ఉన్నతములైన తన శృంగాలతో గిరిశృంగాలను భేదించగలదు. అలాంటి నందీశ్వరస్వామిని కూడా దర్శించు. భగవద్దర్శనం మనకు మనోవాంఛా ఫలసిద్ధిని కలిగిస్తుంది. మరో మాట నా శ్రీమతి చెప్పే సందేశాన్ని ఆమె నుంచి అభిజ్ఞాన సన్నివేశ వృత్తాంతాన్ని తీసుకు వస్తావు కదా! అన్యథా భావించకు. మిత్రమా ! నీవు విశ్వాసపాత్రుడివే కాదనను. అభిజ్ఞానం (గుర్తు) నా కోసమే. జీవనప్రదాతవు నీవు. సార్ధక నామధేయుడివి. నా ధర్మపత్ని యొక్క క్షేమసమాచారాన్ని అభిజ్ఞాన సంఘటనను తీసుకు రాగలవాడివి, శ్రీలక్ష్మీనారాయణుల ప్రతిరూపాలైన వైదేహీమాతకు శ్రీరామభద్రుడికి పరస్పర క్షేమసమాచారాలతో కూడిన అంగులీయ చూడామణి సమర్పణ చేసిన రుద్రాంశ సంభూతుడు హనుమత్ ప్రభువు వంటి వాడివయ్యా నీవు. వియోగబాధతో సంతప్తమైన నా హృదయం, ప్రభాత సమయంలో విచ్చుకునే మల్లెమొగ్గలా నీవందించే ప్రియసఖీకుశలవార్తతో స్వస్థత పొందుతుంది.

54. సందేశవాహకుడైన మేఘుడు అభ్యర్ధనను అంగీకరిస్తాడు :

“కచ్చిత్ సౌమ్య ! వ్యవసితమిదం బంధు కృత్యం త్వయా మే
ప్రత్యాదేశా న్నఖలు భవతో ధీరతాం కల్పయామి ।
నిశ్శబ్దో ఽపి ప్రదిశసి జలం యాచితశ్చాతకేభ్యః
ప్రత్యుక్తం హి ప్రణయిషు సతా మీ ప్సితార్థక్రియైవ ॥” (2-54)

ప్రియమిత్రమా! ప్రాణమిత్రుడవయ్యావు. దర్శనమాత్రంతో ‘సతాం సాప్త పదీనం నఖ్యం’ ఏడడుగులు కలిసినంత మాత్రాన పవిత్ర స్నేహబంధమేర్పడుతుంది. అంతే కదా చిత్రకూట శిఖరంపై దర్శనమిచ్చావు. గిరిశృంగంపై నీ కదలికలతో సమానంగా రామగిర్యాశ్రమంలో నేనడుగులు వేశాను. అదీ మన మైత్రీ బంధం. మిత్రకార్యమైన సందేశ వాహకత్వం నీకే తగినది. నీ మౌనమే నా అభ్యర్ధనకు అంగీకారం. సజ్జనులు అనవసరంగా మాట్లాడరు గొప్పలు చెప్పుకోరు. అలాగే ‘నీ సతీమణికి నీ కుశలవార్తను తెలియజేస్తాను’ అని నీవు చెప్పనక్కర లేదు. అతిభాషణం అనర్ధదాయకం. వర్షించే మేఘం

గర్జించదు. నీ కోసం చాతకపక్షులు నిరీక్షిస్తాయి. అవి అడుగకపోయినా వాటికి అమృతబిందువులను ఆహారంగా ఇస్తావు. ఇస్తాను అని వాగ్దానం చెయ్యవు, ఇచ్చాను అని ఆడంబరంగా చెప్పవు. నీ సౌజన్యమది. నా విషయంలోనూ అంతే. "నాభ్యర్థితో జలధరోఽపి జలం దదాతి; ఎవరడుగుతున్నారు నీళ్లిచ్చి దాహం తీర్చమని" స్వభావ ఏవైష పరోపకారిణాం' ఎటువంటి స్వార్థం లేకుండా ఇతరులకు సహాయం చేసేవారి లక్షణాలిలాగే ఉంటాయి. సుజనులు మాటలలో చెప్పరు. చేతలలో సమర్థతను నిరూపిస్తారు. నీవు నాకు చేసే ఈ ఉపకారం నీ ఔన్నత్యానికి ఔదార్యానికి తార్కాణం.

55. సందేశవాహకత్వానికి అంగీకరించిన పర్జన్యుడికి ధన్యవాదాలు :

"ఏతత్ కృత్వా ప్రియమనుచితం ప్రార్థనా దాత్మనో మే,
సౌహార్దా ద్వా విధుర ఇతి వా మయ్యనుక్రోశ బుద్ధ్యా।
ఇష్టాన్ దేశాన్ జలద విచర ప్రావృషా సంభృతశ్రీః
మా భూదేవం క్షణమపిచతే విద్యుతా విప్రయోగః ॥" **(2-55)**

జీవనప్రదాతా! నీ సౌజన్యానికి జోహార్లు. నీలాంటి ఉత్తముడిని, పుష్పలావర్తక పర్జన్య వంశోద్భవుడిని ఇలాంటి దూతకార్యంలో నియమించటం అపరాధమే. 'అగతిర్నాస్తి, అన్యథా శరణం నాస్తి' మరో దారి లేదు. మరో రక్షణ లేదు. "కామార్తా హి ప్రకృతి కృపణా శ్చేతనా చేతనేషు" ప్రియురాలిపై కోరికతో బాధపడే ప్రియులకు చేతనములకు (ప్రాణము కల వాటికి) అచేతనములకు (చైతన్యం లేని వాటికి) తేడా తెలుసుకోలేని మూర్ఖులు కదా! గొప్పదైన పుష్కలావర్తకుల వంశంలో ఉద్భవించిన ఈ మేఘుడిని నాప్రేయసికి క్షేమసమాచారం చెప్పమని పంపటం సమంజసమా! కాదు అని నాకు తెలుసు. ఎవరున్నారిక్కడ? నేనడగటానికి. చేతనులకు (మనస్వులకు) దూతలుగా పంపటం గొప్ప విషయం కాదు. అమనస్కులకు పంపటమే విశేషం. కనుక సోదరా! నేను ప్రార్థించాననే భావనతో కానీ, నాపై స్నేహభావంతో కానీ, విరహవేదనతో బాధపడుతున్నాననే సానుభూతితో కానీ, నాపై దయ చూపుతావని ఆశిస్తున్నాను. కామరూపుడివి నీవు స్వేచ్ఛాసంచారివి. నా క్షేమాన్ని నా ధర్మపత్నికి, ఆమె యొక్క కుశలాన్ని నాకూ చెప్పి మా ఉభయులను సంతాపసాగరము నుండి తరింపజేస్తావనే విశ్వాసమున్నది నాకు. "(ప్రయోజనమనుద్దిశ్య నమందోఽపి ప్రవర్తతే)" – అని శాస్త్రవచనం. ఎంత

తెలివి తక్కువ వాడైనా ఏదో ఒక పరమార్థాన్ని లక్ష్యంగా పెట్టుకొని ప్రవర్తిస్తాడు. ఉభయతారకమైన ఈ మిత్రకార్యాన్ని సిద్ధింపజేస్తే నాకేమిటి ప్రయోజనం అని అనుకుంటావేమో. విద్యుల్లతా సమన్వితుడవై (మెరుపుతో కూడి) నిరంతరం యథేచ్ఛగా సంచరిస్తావు. విద్యున్మాల లేకుండా నీవుండవు, నీవు లేనిదే విద్యుల్లత ఉండదు. ఇంతకంటే ఏం కావాలి జంటకు. వాగర్థముల వలె కలిసి ఉండే జగత్పితరులైన పార్వతీపరమేశ్వరులు నిన్ను అనుగ్రహింతురు గాక! ఎల్లవేళలా సౌదామినీ (మెరుపు తీగ) సహితుడివై గగన గమనంతో కలకాలం ఉండాలని శుభాకాంక్ష తెలియజేస్తున్నాను సోదరా! శుభమస్తు.

56. సజ్జనుడైన పర్జన్యుడు విశాలాక్షికి సందేశమివ్వటం :

"తత్సందేశం జలధరవరో దివ్య వాచాఽఽచచక్షే.
ప్రాణాం స్తస్యా జనహితరవో రక్షితుం యక్షవధ్వాః ।
ప్రాప్యోదంతం ప్రముదితమనాః సాపి తస్థౌ స్వభర్తుః,
కేషాం నస్యాదభిమతఫలా ప్రార్థనా హ్యుత్తమానాం ॥" (2-56)

నిస్వార్థ సేవాతత్పరుడు జలదాత నిగ్రహానుగ్రహసమర్థుడు అనేక సరోవరాలను జలవర్షంతో నింపగలవాడు సస్యసంపదనభివృద్ధి చేసి చరాచర సృష్టిని స్వస్థతతో ఉంచగలిగేవాడు పర్జన్యుడు- సత్య ధర్మశాంతి ప్రేమాది దైవీలక్షణాలతో ప్రకాశిస్తాడు. సర్వజ్ఞత్వం, సర్వశక్తిమత్వం సర్వవ్యాపకత్వం అనే లక్షణాలు కలవాడు. సత్త్వగుణసంపన్నుడు కుబేరశాపంతో సంవత్సరం పాటు భార్యావియోగ బాధను అనుభవిస్తున్నవాడు అయిన హేమమాలి అనే యక్షుడి అభ్యర్థనతో గగనగమనంతో చిత్రకూటపర్వత ప్రదేశం నుంచి గిరులు ఝరులు వనోపవనాలు తీర్థ క్షేత్రాలు దర్శిస్తూ సునాయాసంగా ఉత్తరదిగ్భాగంలో ఉన్న కైలాసగిరి సమీప నగరమైన అలకాపురి చేరాడు యక్షుడి భవనం దర్శించాడు. యక్షుడి భార్య విశాలాక్షి శయనించియున్న అంతఃపుర గవాక్షంలో కూర్చుని బ్రాహ్మీ ముహూర్త సమయంలో చల్లనిగాలితో స్వప్నావస్థ నుండి జాగృతి పొందిన యక్షుడి ధర్మపత్నికి సమాచారం దైవీ వాక్కుతో చెప్పాడు. దేవభాషలో అందరికీ స్పష్టంగా వినిపించేటట్లు హేమమాలియొక్క సందేశాన్ని విషయాలను చెప్పాడు ఆమె ఊరట చెందింది భర్త యొక్క క్షేమ సమాచారాన్ని విని ఎంతో ఆనందించింది. అలా యక్షిణీయక్షులు కలుసుకోటానికి పూర్వరంగం సిద్ధం చేశాడు. బుద్ధిమంతుడైన మేఘుడు రమణీరమణుల వియోగ దుఃఖాన్ని ఉత్తములను మనస్ఫూర్తిగా ప్రార్థిస్తే ప్రయత్నం సఫలం కాక తప్పదు అనే సందేశాన్ని గ్రహింపచేశాడు కవికుల గురువు.

57. కుబేరశాపం తొలగిపోయి విశాలాక్షీ హేమమాలులు వియోగానంతరం కలుసుకున్నారు :

"శ్రుత్వావార్తాం జలద కథితాం తాం ధనేశోऽ పి సద్యః,
శాపస్యాంతం సదయహృదయస్స న్నిధాయాంత కోపః ।
సంయోజ్యై తౌ విగళిత శుచౌ దంపతీ హృష్టచిత్తౌ,
భోగా విష్టా వ భిమత సుఖాన్ ప్రాపయామాస భూయః ॥" (2-57)

సతీపతుల వియోగబాధకు స్వస్తి పలికారు. జలద ధనదులు. ఒకరు ప్రాణికోటికి జలాన్నిచ్చే వారు, మరొకరు ముల్లోకవాసులకు అందరికి ధనాన్నిచ్చేవారు. రామగిర్యాశ్రమంలో హేమమాలి పొందుతున్న వియోగబాధను గమనించినవాడు కనుక సందేశ వాహకుడు అలకాపురికి వచ్చాడనీ, యక్షపత్ని అయిన విశాలాక్షికి భర్తయొక్క క్షేమ సమాచారాలు చెప్పి ఆమెను ఓదార్చాడనీ తెలిసింది కుబేరుడికి. నిత్య శివపూజకు ఆ రోజు ఆటంకం కలిగిందనే బాధతో ఆంతరంగిక కర్మచారియైన హేమమాలికి కఠినశిక్ష విధించాడు. సంవత్సరం పాటు భార్యకు దూరంగా ఉండాలని. మహాత్ముల కోపం క్షణికం. అందుకే మేఘుడు తన దివ్యవాక్కుతో విశాలాక్షికి సందేశం వినిపించాడని తెలియగా ధనపతి ఆలోచించాడు. ఎన్నో ఏళ్లుగా తనకు ఆంతరంగిక సేవకుడుగా సేవలందించిన హేమమాలిని చిన్న తప్పు చేసినందుకు శిక్షించినందుకు బాధపడ్డాడు. అన్యోన్యానురాగంతో ప్రేమైకజీవులుగా జీవిస్తున్న అరమరికలు లేని పుణ్యదంపతులను విడదీసినందుకు పశ్చాత్తాప్తుడయ్యాడు. అనూహ్య పరిణామమిది వెంటనే శాపావధిని తగ్గించాడు. ఇంకా కొంతవ్యవధి ఉన్నప్పటికీ తన తపశ్శక్తితో అతనికి పూర్వవైభవాన్ని కల్పించేందుకు హేమ మాలికి దివ్యశక్తిని అనుగ్రహించాడు. అలకాపురికి వచ్చి యథాపూర్వకంగా కొలువులో చేరమన్నాడు. ప్రభువు అనుగ్రహానికి ఆనందించాడు యక్షుడు. మేఘసందేశ దివ్య ప్రభావం ఇంత గొప్పగా ఉంటుందా! అని సంభ్రమాశ్చర్యాలు పొందాడు. దివ్యశక్తులు లభించాయి. నవరత్న కిరీటం, భుజకీర్తులు దండకడియాలు అనేక రత్నవిభూషిత హేమమాలలు పట్టు వస్త్రాలు జ్యోతిర్మయ దేహం ఏర్పడ్డాయి. గగనగమనంతో ధనపతిని కలుసుకున్నాడు. ఎంతో వాత్సల్యంతో కుబేరుడు సాదరంగా ఆహ్వానించాడు. "నాయనా! హేమమాలీ! జరిగిన సంఘటనలో నీ పొరపాటు నా తొందరపాటూ ఉన్నాయి. గతం గతః అది ఒక కలగా భావించు. సతీపతులు మీరిరువురూ కలకాలం సుఖంగా జీవించండి. నీ బాధ్యతలను యథాపూర్వంగా కొనసాగించు. నా శివపూజకు నీ సహకారాన్ని అందించు.

"కర్తా కారయితా చైవ, ప్రేరక శ్చాను మోదక,
సుకృతే దుష్కృతే చైవ, చత్వార స్సమభాగిసః ॥"

చేసేవాడు, చేయించేవాడు, ప్రోత్సహించేవాడు. ఆమోదించేవాడు ఈ నలుగురూ కూడా మంచి పనిలోనైనా చెడ్డపనిలోనైనా ఆ ఫలితాన్ని సమానంగా పంచుకుంటారు. ఈ శాస్త్రవచనాన్ని అనుసరించి, నేను చేసే నిరంతర శివపూజకు నీ సహకారం ఎంతో కాలం కొనసాగింది. ఆ పుణ్యఫలం వల్లనే మేఘసందేశం నీకూ నీ శ్రీమతికీ నాకూ ఎంతగా ఉపకరించిందో తెలిసింది కదా! మిత్రమా! మీ దంపతులిద్దరూ పూర్వ వైభవంతో శివపూజ చేస్తూ ఆదర్శ దంపతులుగా జీవించండి" ఆశీఃపూర్వకంగా అభినందించాడు కుబేరుడు. విశాలాక్షీ హేమమాలులు ధనదుడికి ప్రదక్షిణ నమస్కారాలు చేశారు. జలదుడికి కూడా కృతజ్ఞతాపూర్వక నమస్సుమాంజలి సమర్పించారు.

ఫలశ్రుతి

"ధూమజ్యోతి స్సలిలమరుతాం సమూహః మేఘః' పొగ వెలుగు, నీరు, గాలి, వీటి సముదాయమే మేఘం. అలాంటి మేఘాన్ని చైతన్యవంతుడు సత్వగుణసంపన్నుడు అయిన మహోన్నత దివ్యవ్యక్తిగా శక్తిగా మన ముందు సాక్షాత్కరింపజేసిన కవికులగురువు కాళిదాస మహాకవి మనందరికీ కూడా నిత్యస్మరణీయుడు, చిరస్మరణీయుడు, ప్రాతస్స్మరణీయుడు.

"జయంతి తే సుకృతినో రససిద్ధాః కవీశ్వరాః ।
నాస్తి తేషాం యశఃకాయే జరామరణజం భయం॥"

నవరసాలను కవిత్వంలో పండించిన సిద్ధులు ఋషిపుంగవులైన మహాకవులు వారు ఎప్పుడూ విజయం పొందుతూనే ఉంటారు. వారి కీర్తిశరీరాలకు జరామరణభయం ఉండదు. వారు ఆచంద్రతారార్కం చిరంజీవులు.

"పఠంత శ్చైవ శృణ్వంతః, మేఘసందేశ వైభవం ।
యువతీ యువకాస్సర్వే లభంతే వాంఛితం పరం ॥"

మేఘసందేశ వైభవాన్ని చదివేవారు, వినేవారూ, యువతీయువకులందరూ మనోవాంఛా ఫలసిద్ధి పొందుతారు.

'శుభం భవతు సర్వేషాం'

మేఘ సందేశం

1. అనుబంధం

మహామహోపాధ్యాయ మల్లినాథసూరిగారి వ్యాఖ్యానాన్ని అనుసరించి మేఘసందేశకావ్యంలోని ప్రసిద్ధములైన ప్రదేశాలు గిరులు ఝురులు

1. రామగిరి - మధ్యప్రదేశములోని చిత్రకూట పర్వత ప్రదేశం రామగఢ్ అని కూడా పిలుస్తారు. శ్రీ సీతారాములు నివసించిన ప్రదేశమిది. పవిత్ర సరోవరాలు పుష్పఫలవృక్షాలు విశేషంగా ఉంటాయి. మేఘుడి ప్రయాణం ఇక్కడి నుంచి ప్రారంభ మైనది. హేమమాలి నివసించిన ప్రదేశమిది.

2. అలకాపురి - యక్షులు నివసించే ప్రదేశం. పార్వతీపరమేశ్వరుల నిలయమైన కైలాస ప్రాంతానికి సమీపంలో ఉంటుంది. అధిపతి కుబేరుడు. దేవతల శిల్పాచార్యుడు విశ్వకర్మ నిర్మించిన విశిష్టమైన నగరం. హేమమాలి భార్య విశాలాక్షి నివసించే భవనమిక్కడే ఉండేది.

3. కైలాసము - హిమగిరి సముదాయం. ఉత్తరభాగంలో ఉన్న ఉన్నతమైన పర్వతం. ఎత్తు ఇరవైవేల అడుగులు. దేవతలు నివసించే ప్రదేశం కనుక దేవభూమి అంటారు. ఇక్కడ పార్వతీ! పరమేశ్వరులు నివసిస్తారు. దీనికి కుడిప్రక్కన బ్రహ్మ నిర్మితమైన మానస సరోవరమున్నది.

4. హిమాలయము - మన భారతదేశానికి ఉత్తరాన రెండువేల కిలోమీటర్ల పొడవు, అయిదువేల కిలోమీటర్ల వెడల్పుతో విస్తరించి విశ్వవిఖ్యాతి పొందిన పర్వతశ్రేణి వీటిలో గౌరీశంకర శిఖరం, 8,720 మీటర్ల ఎత్తున ఉంటుంది.

5. మానససరోవరము - బ్రహ్మచేత నిర్మించబడిన పవిత్ర సరోవరం. రాజహంసలు సంచరించే విశాల తటాకం. సహస్రదళ పద్మాలు ఇక్కడ ఉండేవి. కుబేరుడు ఈ పుష్పాలతో నిత్యశివపూజ చేసేవాడు.

ఈ పద్మాలను తీసుకురాకపోవటం వల్లనే హేమమాలికి సంవత్సర ప్రవాసశిక్షను విధించాడు ధనపతి.

6. **క్రౌంచరంధ్రము** - మానససరోవరానికి వెళ్లటానికి దగ్గరదారి. కైలాసం వైపుగా ఏర్పడిన మార్గం. పరమేశ్వరుని శిష్యుడు పరశురాముడు కార్తికేయునితో పోటీపడి శరసంధానం చేయగా ఏర్పడిన క్రౌంచపర్వతములోని మార్గము లిపూరేఖ అని కూడా పేరు.

7. **చరణన్యాసము** - పార్వతీపరమేశ్వరుల అడుగుల జాడ ఉన్న పవిత్ర ప్రదేశం కైలాస పర్వతప్రాంతం దగ్గర హరిద్వారానికి సమీపంగా ఉంటుంది.

8. **బ్రహ్మావర్తం** - సరస్వతీనది దృషద్వతీనది ఈ రెండు నదుల మధ్య ప్రదేశం. బ్రహ్మ సంచరించిన ప్రదేశమని కూడా అంటారు. కాన్పూర్ సమీపంలోని బిఠూర్ ప్రాంతమిది.

9. **అవంతినగరం** - నర్మదానదికి ఉత్తరాన ఉన్నది. ఉజ్జయినీ నగరం ఇదే అవంతీ నగరం. మోక్ష నగరాలేడిటిలో ఒకటి "అయోధ్య, మదువ, మాయ (హరిద్వారం) కాశీ, కాంచీ, అనంతిక, ద్వారక, మాళవ (మాళ్వా) దేశ రాజధాని, విశాలానగరమని కూడా పేరు. శిప్రా నదీ తీరంలోని పుణ్యక్షేత్రం ద్వాదశ జ్యోతిర్లింగాలలోని మహాకాళేశ్వరస్వామి, అష్టాదశ శక్తిపీఠములలోని మహాకాళీదేవి వెలసిన పార్వతీపరమేశ్వర క్షేత్రం. అంగారకుడు ఆవిర్భవించిన విశిష్ట ప్రదేశం విక్రమార్కుడు పరిపాలించిన రాజ్యానికి రాజధాని. కవికుల గురువు కాళిదాస మహాకవి యొక్క ఉనికికి మనికికి కారణభూతమైన దివ్యప్రదేశం మధ్యప్రదేశంలోనిది.

10. **కురుక్షేత్రం** - కౌరవపాండవ సంగ్రామానికి అనువైన సమతల ప్రదేశం 'కృష్ణం వందే జగద్గురుం' గీతాచార్యుడైన జగద్గురువు శ్రీకృష్ణపరమాత్మ అర్జునుడిని నిమిత్తంగా చేసికొని విశ్వ

మానవాళికి కర్తవ్యబోధగా విజ్ఞానసర్వస్వాన్ని అనుగ్రహించిన ధర్మక్షేత్రమిది. చంద్రవంశములోని కురు మహారాజు అనేక అశ్వమేధయాగాలు రాజసూయ యాగాలు, గోదానాలు, భూదానాలు, హిరణ్యదానాలు చేసిన పుణ్యభూమి కురుక్షేత్రం. నేటి స్థాణీశ్వర్ లేక థానేసర్ ప్రదేశానికి. ఆగ్నేయభాగంలోని ప్రాంతమిది. సమంత పంచకంగా ప్రసిద్ధిగలది.

11. దేవగిరి - ఉజ్జయినికి సమీపంలోని ప్రసిద్ధ ప్రదేశం. నేటి దౌలతాబాద్

12. దశపురం - దాతలలో ప్రసిద్ధుడైన రంతిదేవుడు పరిపాలించిన రాజ్యానికి రాజధాని. మందసోల్ లేక థోల్‌పూర్ అని కూడా నేటి వ్యవహార నామం.

13. దశార్ణం - మాళవదేశానికి తూర్పున ఉన్న ప్రదేశం ఈ రాజ్యానికి రాజధాని విదిశానగరం నేటి భిలసానగరం.

14. ఆమ్రకూటం - మధ్యప్రదేశములోని విశిష్ట ప్రదేశం ఆమ్రవృక్ష వనాలతో నిండిన ప్రదేశం 3,408 అడుగుల ఎత్తున ఉన్న పర్వతం నర్మదానది ఉద్భవించిన ప్రదేశం.

15. నీచైర్గిరి - విదిశానగరానికి దగ్గరగా ఉన్న పర్వతం. ఉదయగిరి అని కూడా ప్రసిద్ధమైనది.

16. వింధ్య పర్వతం - ఉత్తర దక్షిణ భారతదేశాల మధ్యభాగంలోని విశిష్ట పర్వతం. అమ్మవారు వింధ్యవాసినిగా వెలసిన విశిష్ట స్థానమిది. అగస్త్య భగవానులవారి పాదధూళితో పవిత్రమైనది.

విశిష్టములైన నదులు :

1. సింధూనది - మాళవరాజ్యంలో ప్రవహించేనది, ఉపనదులలో విశిష్టమైనది.

2. గంగానది - హిమగిరి శ్రేణులలోని గంగోత్రి నుండి ఉద్భవించినది. **విష్ణుపాదోద్భవీ** గంగా - అని ప్రసిద్ధి భగీరథుని వెంట

వచ్చి భాగీరథిగాను, జహ్ను మహాముని అనుగ్రహంతో జాహ్నవిగాను కీర్తినందిన పుణ్యతీర్థం. 'శ్రీగంగ గంగ గంగ' అని అనుకుంటే చాలు పుణ్యం లభిస్తుంది. కాశీ నగరానికి అంత ప్రసిద్ధిని కలిగించిన దివ్యప్రవాహం. హరిద్వారం (మాయా నగరంలో) అవతరించి ప్రవహించింది.

3. యమునానది - హిమగిరిలో ఉద్భవించిన, ప్రయాగక్షేత్రం గంగానదిలో కలుస్తుంది. 'గంగాయమునయోర్మధ్యే యేవసంతి, తే మే ప్రసన్నాత్మానశ్చిరం జీవితం వర్ధయంతి - వంశ ఋషిభ్యోమహద్భ్యో, గురుభ్యో నమః' అని యజుర్వేద మంత్రం. గంగా యమునా నదుల మధ్యభాగంలో నివసించే దివ్యర్షులు మనలను అనుగ్రహింతురు గాక!' భారతీయ సంస్కృతికి ఆధారములైనవి గంగా యమునా సరస్వతులు.

4. సరస్వతీ నది - హిమాద్రి నుండి ఆవిర్భవించి కొంతదూరం ప్రవహించి అంతర్వాహినిగా ప్రసిద్ధి పొందింది. ఈ నదీతీరంలోనే వ్యాసులవారు మహాభారతాన్ని చెప్పారనీ, విఘ్నేశ్వరస్వామి వ్రాశారనీ ప్రసిద్ధి. లక్షశ్లోకాల మహాభారతం, దానికి పరిశిష్టగ్రంథమైన ఇరవై అయిదువేల శ్లోకాలు కలిగిన హరివంశం. మొత్తం సపాదలక్షాత్మక గ్రంథంగా అపూర్వమైన బృహద్గ్రంథంగా భారతీయ సంస్కృతికి మూల కందంగా ఆచంద్రతారార్క ప్రసిద్ధి పొందిన ద్వాపరయుగ ఇతిహాస గ్రంథం పంచమవేదం. ఈ సరస్వతీ నది ప్రయాగలో గంగాయమునా నదులతో కలిగి త్రివేణీసంగమ కారణమైనది.

5. కనఖలము - గంగాద్వారంగా ప్రసిద్ధమైన హరిద్వార సమీపంలోని పుణ్యతీర్థం కలిగిన ప్రదేశమిది.

6. గంధవతీ నది - ఉజ్జయినీ నగరాన్ని పవిత్రం చేస్తున్న క్షిప్రా (శిప్రా) నదికి ఉపనది.

7. గంభీరానది - మాళవ (మాళ్వా) ప్రదేశంలో ప్రవహించే ఉపనది శిప్రా ప్రవాహం.

8. చర్మణ్వతీ నది - వింధ్య పర్వతం నుండి ఆవిర్భవించినది. రంతిదేవుడు చేసిన యజ్ఞఫలితమీ నది. చంబల్ నేటి నామము.

9. నిర్వింధ్యా నది - వింధ్యాద్రి నుండి ఉద్భవించి మాళవ దేశంలో ప్రవహించే నది.

10. నర్మదా నది - వింధ్యాద్రి నుండి ఆవిర్భవించిన నది. రేవానది అని కూడా అంటారు. ఈ నదీతీరంలోని పర్వతగుహలో గోవింద భగవత్పాదాచార్యుల వారిని దర్శించి ఆదిశంకరులు సన్న్యాస దీక్ష స్వీకరించి శంకరభగవత్పాదులయ్యారు. స్కాంద పురాణంలో రేవానదీ వైభవాన్ని వ్యాసులవారు ప్రస్తు తించారు. ఈ నదీతీరంలోనే కార్తవీర్యార్జునుడి రాజధాని మాహిష్మతీ నగరమున్నది.

11. నవనది - మాళవ ప్రాంతంలో ప్రవహిస్తూ శిప్రానదిలో కలుస్తుంది.

12. వేత్రవతీ నది - వింధ్య పర్వతాల్లో పుట్టి మధ్యప్రదేశంలో ప్రవహించి యమునా నదిలో కలుస్తుంది.

13. క్షిప్రా నది - క్షిప్రం అంటే శీఘ్రం (వెంటనే) స్నానం చేసినంత మాత్రాన సకల పాపహరమైన పవిత్ర ప్రవాహం. శిప్రా నది అని కూడా పేరు. ఈ నదీతీరంలోనే అంగారకస్వామి ఉద్భ వించాడు. శ్రీ మహాకాళీమందిరం, శ్రీ మహాకాళేశ్వర మందిరం వెలసిన ఉజ్జయినీ ఈ నదీతీరమే ధన్వంతరి, క్షపణక, అమరసింహ, శంకుభట్ట, భేతాళభట్ట ఘటకర్పర, కాళిదాస వరాహమిహిర వరరుచి వంటి నవరత్నాలుగా ప్రసిద్ధి పొందిన మహామహులను పోషించి వారి చేత అనేక గ్రంథాలు రాయించి విక్రమశకకర్తగా ప్రసిద్ధి పొందిన విక్రమార్కుడి రాజధానీ నగరానికి అంత గొప్పతనాన్ని కలిగించినది క్షిప్రానదియే.

మేఘ సందేశం

2. అనుబంధం

కుబేరుడు

"కుబేర స్త్ర్యంబక సఖో యక్షరాట్ గుహ్యకేశ్వరః ।
మనుష్యధర్మా ధనదో రాజరాజో ధనాధిపః ॥
కిన్నరేశో వైశ్రవణః పౌలస్త్యో నరవాహనః ।
యక్షైక పింగైలబిల శ్రీదపుణ్య జనేశ్వరాః ॥
అస్యోద్యానం చైత్రరథం పుత్రస్తు నలకూబరః ।
కైలాస స్థానమలకా పూర్విమానంతు పుష్పకం ॥

(అమరసింహుని అమరకోశం)

బ్రహ్మ మానసపుత్రుడు పులస్త్య మహర్షి. ఆయన యొక్క సంకల్పంతో ఆవిర్భవించిన మహర్షి విశ్రవణుడు. ఆయనకు ఇద్దరు భార్యలు. ఇలబిల, కైకసి, ఇలబిల కుమారుడే కుబేరుడు. బ్రహ్మను గురించి గొప్ప తపస్సు చేశాడు. ఉత్తర దిక్కుకు అధిపతి అయ్యారు అష్టసిద్ధులు. నవనిధులు పొందాడు. ధనాధిపతి అయ్యాడు. ఆ విషయాన్ని తన తండ్రి విశ్రవణుడికి చెప్పాడు. ఆయన సంతోషించి విశ్వకర్మచేత దక్షిణ సముద్రంలో త్రికూట పర్వతంపై లంకా నగరాన్ని నిర్మింపజేసి, కానుకగా ఇచ్చాడు. బ్రహ్మదేవుడి అనుగ్రహంతో పుష్పకవిమానాన్ని కూడా పొందాడు.

కైకసి సంతానం రావణుడు కుంభకర్ణుడు, విభీషణుడు శూర్పణఖ. రావణాసురుడు బ్రహ్మను గురించి తపస్సు చేసి అనేక వరాలు పొందాడు. వరబలగర్వితుడై లంకానగరం మీదికి దండయాత్ర చేశాడు. అతని దౌర్జన్యాన్ని సహించలేక కుబేరుడు తన తండ్రి విశ్రవణుడికి ఆ విషయం చెప్పాడు. దుష్టుడికి దూరంగా ఉండటం మంచిదని చెప్పి కుబేరుడిని తన పరివారమైన యక్షులతో సహా కైలాస సమీపంలో అలకాపురిని విశ్వకర్మ చేత నిర్మింపజేసి అక్కడ నివసించమన్నాడు. రావణాసురుడి దౌష్ట్యం మితిమీరింది. తండ్రి తాతలకు అప్రతిష్ఠ కలిగించవద్దని కుబేరుడు దూతను లంకకు పంపాడు. రావణుడు కోపంతో ఆ దూతను చంపి, కుబేరుడి పుష్పకవిమానాన్ని ఎత్తుకు పోయాడు, అనంతరకాలంలో శ్రీరామచంద్ర ప్రభువు రావణ సంహారం చేసి పుష్పకాన్ని మళ్లీ కుబేరుడికి అందజేశాడు. నిత్య శివపూజాధురంధరుడైన పరమేశ్వరునికి మిత్రుడైన కుబేరుడు పరమేశ్వరానుగ్రహంతో అత్యున్నత స్థానం పొందాడు. ఆయన భార్య భద్రాదేవి. నగరం

మేఘ సందేశం

అలకాపురి, ఉద్యానవనం చైత్రరథం. కొడుకు నలకుబేరుడు. ఇతని వాహనం పల్యంకికను (పల్లకీని) నరులు మోస్తారు. అందుచేత నరవాహనుడయ్యాడు. ఇల బిలాదేవి కుమారుడు కనుక ఐలబిలుడు, పులస్త్యుడి పౌత్రుడు కనుక పౌలస్త్యుడు, విశ్రవణుడి పుత్రుడు కనుక వైశ్రవణుడు, యక్షులకు రాజు అవటం వల్ల యక్షరాజు, నవనిధులను రహస్యంగా దాచి గుహ్యాకు అధిపతి కనుక గుహ్యకేశ్వరుడు, ధనాన్నిచ్చేవాడవటం చేత ధనదుడు, ధనానికి అధిపతి అవటం చేత ధనపతి, మనుష్యుల ధర్మాన్ని ఆచరిస్తాడు కనుక మనుష్య ధర్ముడు, రాజత్వం (శ్రేష్ఠత్వం) పొందిన యక్షులకు రాజు కనుక రాజరాజు. కిన్నరులకు కూడా అధిపతి అవటం చేత కిన్నరేశుడు. సంపదనిచ్చేవాడు కనుక శ్రీదుడు, గౌరీదేవి ఆగ్రహానికి గురియై ఒక కన్ను పింగళవర్ణం (పసుపు రంగు) పొందటం చేత ఏకపింగుడు (పింగాక్షుడు) పుణ్యజనులైన యక్షులకు అధిపతి కనుక పుణ్యజనేశ్వరుడు.

చిత్రరథుడనే గంధర్వరాజు ఉద్యానవనాన్ని నిర్మించి ఇచ్చాడు కనుక కుబేరుడి ఉద్యానవనం చైత్రరథం.

మేఘుడు : సంవర్తకం, పుష్కలావర్తం అనే గొప్ప మేఘాల వంశంలో ఆవిర్భవించాడు.

"అభ్రం మేఘో వారి వాహః స్తనయిత్ను ర్వలాహకః ।
ధారాధరో జలధర స్తటిత్వాన్, వారిదోఽంబుభృత్ ।
ఘనజీమూత ముదిర జలముగ్ధూమయోనయః॥"

ఆపః బిభర్తి ఇతి అభ్రం = నీటిని భరించేది, అభ్రం.

మేహతి ఇతి మేఘః, = తడుపుతుంది కనుక మేఘం.

వారి వహతి ఇతి వారి వాహః, నీటిని వహిస్తుంది వారివాహః.

స్తనయతి ఇతి స్తనయిత్నుః, గర్జించేది కనుక స్తనయిత్నువు,

బలం న జహాతి ఇతి బలాహకః, (వబయోరభేదః, వబలకు భేదం లేదు) కనుక వలాహకమని కూడా పేరు. అంటే బలమును విడువనిది. రసవంతము అని భావం.

ధారాణాం ధరః, ధారాధరః, నీటి ధారలను ధరించేది, ధారాధరం

జలస్య ధరః, జలధరః, జలమును ధరించేది జలధరం.

తటితః అస్య సంతి ఇతి తటిత్వాన్, మెరుపులు కలది, తటిత్వంతం

వారి దదాతి ఇతి, వారిదః నీటిని ఇస్తుంది కనుక వారిదం.

అంబు భిభర్తి ఇతి అంబు భృత్ – నీటిని ధరించేది అంబుభృత్తు,

అంబు దదాతి ఇతి అంబుదః – నీటిని ఇచ్చేది అంబుడు

హంతి తాపం ఇతి ఘనః; తాపాన్ని (వేడిని) పోగొట్టేది ఘనం

జీవనం మూయతే అత్ర ఇతి జీమూతః నీరు దీనియందు బంధింపబడుతుంది.

మోదంతే అనేకే ఇతి జీమూతము దీనిచేత ఆనందిస్తారు కనుక ముదిరం,

జలం ముంచతి ఇతి జలముక్, నీటిని విడిచేది జలముక్కు

ధూమః యోనిః యస్య ధూమయోనిః, పొగ కారణంగా ఏర్పడేది ధూమయోని.

అష్టసిద్ధులు :

"విభూతి ర్భూతి రైశ్వర్యం అణిమాదిక మష్టధా ।
అణిమా మహిమా చైవ గరిమా లఘిమా తథా
ప్రాప్తిః ప్రాకామ్య, మీశత్వం, వశిత్వం చాష్ట సిద్ధయః ॥

విభూతి, భూతి, ఐశ్వర్యం సమానార్థకాలు. ఈశ్వరస్య భావం ఐశ్వర్యం. ఆధిపత్యమే ఐశ్వర్యం. ఎనిమిది రకాలుగా ఉంటుంది ఈశ్వర భావము.

భవతి ఇతి భూతిః విశేషేణ భవతి ఇతి విభూతిః శాశ్వతంగా ఉండేది. భూతి (భస్మం), విశేషంగా ఉండేది విభూతి అంటే ఆధ్యాత్మికత.

1. **అణిమా** – అణుత్వం, సూక్ష్మతయా లభ్యతే ఇతి అణిమా, అతి చిన్న పదార్థాన్ని కూడా లభింపజేసేది. అణిమా మొదటి సిద్ధి.
2. **మహిమా** – మహత్త్వేన లభ్యతే ఇతి మహిమా, గొప్పతనాన్ని పొందించేది మహిమ రెండవసిద్ధి.
3. **గరిమా** – గురుత్వేన ప్రాప్యతే ఇతి గరిమా, గౌరవాన్ని కలిగించేది గరిమ మూడవసిద్ధి.
4. **లఘిమా** – లఘుత్వేన ప్రాప్యతే ఇతి లఘిమా, సులభమైన విధంగా సిద్ధిని కలిగించేది. లఘిమ నాల్గవసిద్ధి.
5. **ప్రాప్తిః** – యయా ఇష్టప్రాప్తిః, భవతి, దేని చేత కోరినది లభిస్తుందో అది ప్రాప్తి – ఐదవ సిద్ధి.

6. ప్రాకామ్యం - నిర్విఘ్న సంచార శక్తిః యేన ప్రాప్యతే తత్ ప్రాకామ్యం ఎటువంటి ఆటంకం లేకుండా మనోరథ సిద్ధి కలిగించేది ప్రాకామ్యం, ఆసన సిద్ధి.

7. ఈశత్వం - సర్వాతీశాయిత్వం అందరినీ అధిగమించే శక్తి. ఈశత్వం ఏడవ సిద్ధి.

8. వశిత్వం - స్వాధీనేంద్రియత్వం ఇంద్రియాలను అంటే కోరికలను లోబరచుకోవటం వశిత్వం ఎనిమిదవ సిద్ధి ఈ ఎనిమిది కుబేరుడిలో ఉన్నాయి.

నవనిధులు

"మహాపద్మశ్చ పద్మశ్చ శంఖోమకరకచ్ఛపౌ ।
ముకుందః కుంద నీలౌచ, వరశ్చ నిధయో నవ॥"

సమృద్ధిగా ఉండేది నిధి అవి తొమ్మిది రకాలు.

1. మహాపద్మః - మహాన్ ఇతి పద్మః పద్యతే ఇతి పద్మః సేవించబడేది పద్మము, గొప్పదైన పద్మము. అందరూ అధికంగా భక్తితో పొందటానికి ప్రయత్నించేది. గొప్ప ఆధ్యాత్మిక సాధనం.

2. పద్మః - పదగతే సేవాయాం పద్యతే ఇతి పద్మః, సేవించబడేది పద్మం. ఆధ్యాతిక సంపద.

3. శంఖః - దుఃఖం శమయతి ఇతి శంఖః, దుఃఖాన్ని తొలగించేది గొప్ప సంపద.

4. మకరః - మకరః ఇవ గ్రహీతుః, అశక్యః, మకరః, మొసలి వలె గ్రహించుటకు సాధ్యము కానిది. ముముక్షుత్వం (జనన మరణ రాహిత్య స్థితి)

5. కచ్ఛపః - కూర్మవత్ స్థితత్వాత్ కచ్ఛపః, తాబేలు వలె సంకటములు, కలిగినప్పుడు ఆత్మరక్షణ కల్పించేది. లౌకికములైన బంధములకు అతీతంగా ఉండగలిగే మహోన్నత స్థితి.

6. ముకుందః - కమనీయత్వాత్ ముకుందః, ప్రకాశమానమైన ఉత్సాహాన్ని కలిగించే శక్తి.

7. కుందః - కుందతే ఇతి కుందః, వికాసతత్త్వం కలిగించే శక్తి.

8. నీలః - నితరాం ఈడ్యతే ఇతి నీలః,ఈడస్తుతౌ బాగా ప్రశంసలు కలిగించేది.

9. వరః - వ్రియతే ఇతి వరః దృఞ్‌వరణే, అందరిచేత ఎన్నుకోబడేది మహత్తరమైన దివ్యానుభూతి.

ఈ నవనిధులు కూడా కుబేరుడి వశములైనవే.

3. అనుబంధం

విక్రమార్కుడు

పాటలీపుత్రం (పాట్నా)లో విద్యాసాగరుడనే పండితుడుండేవాడు. ఇంకా పాండిత్యం పొందటానికి తగిన గురువును అన్వేషిస్తూ ప్రయాణం సాగించాడు. మధ్యాహ్న సమయంలో ఒక చెరువులోని నీరు తాగి ఒక చెట్టుకింద పడుకున్నాడు. ఒక బ్రహ్మ రాక్షసుడు అక్కడికి వచ్చి "నాయనా! నీ కోరిక విశేషమైనది. నాతో ఆరు నెలలపాటు తిరిగినట్లైతే ఆకలి దప్పికలు లేకుండా వరమునను(గ్రహిస్తాను. నాకు తెలిసిన శాస్త్రాలన్నిటినీ ఉపదేశిస్తాను' అని చెప్పాడు. విద్యాసాగరుడలాగే చేశాడు. విశేషములైన శాస్త్రాలన్నీ అధ్యయనం చేశాడు ఆ గురువుకు నమస్కరించాడు. తాను నేర్చుకున్న శాస్త్రవిద్యలను ఎవ్వరికీ నేర్పకుండా అకాలమరణం చెందటం వల్ల బ్రహ్మ రక్షస్సును అయ్యాననీ, ఇప్పుడు వాటిని నీకు నేర్పటం వల్ల ఆ దోషాన్ని పోగొట్టుకొని పుణ్యలోకాలకు వెళుతున్నానని చెప్పి తేజో రూపంతో ఆ బ్రహ్మరాక్షసుడు అంతరిక్షంలోకి వెళ్లిపోయాడు.

విద్యాసాగరుడికి మళ్లీ ఆకలిదప్పికలు ప్రారంభమయ్యాయి. అలసటకు తట్టుకోలేక ఒక ఇంటిముందు పడిపోయాడు. మందాకిని అనే ఒక కన్య అతనికి సపర్యలు చేసి తనను వివాహం చేసుకోమని అడిగింది. విద్యాసాగరుడు అంగీకరించలేదు. కారణం ఆమె శూద్రకన్య. మాళవ దేశాధిపతి శ్రుతకర్మ దగ్గరకు మందాకిని విద్యాసాగరుడిని తీసుకువెళ్లి న్యాయం చెప్పమని అడిగింది. విద్యాసాగరుడి విద్యాతేజోవైభవాన్ని గుర్తించిన మహారాజు సదాచారవంతుడు కనుక, తన మంత్రి అయిన సుశర్మ కుమార్తె 'మాతలీ దేవి' అనే బ్రాహ్మణకన్యతో విద్యాసాగరుడికి వివాహం జరిపించాడు. తరువాత తన

కుమార్తె కళావతి నిచ్చి వివాహం చేశాడు. వైశ్య కన్య సుమంగళితో పరిణయం ఏర్పాటు చేశాడు. చివర శూద్రవనిత మందాకినినిచ్చి పెళ్లి చేశాడు. రాజకుమారి కళావతికి జన్మించినవాడు విక్రమార్కుడు, మాతలీ దేవికి జన్మించినవాడు వరరుచి, వైశ్య కన్య సుమంగళికి పుట్టినవాడు భట్టి, మందాకినికి ఉద్భవించినవాడు నీతిశాస్త్రజ్ఞుడు భర్తృహరి. మహారాజు రాజ్యభారాన్ని విద్యాసాగరుడికి అప్పగించి వానప్రస్థాశ్రమం స్వీకరించాడు. అనంతర కాలంలో విక్రమార్కుడు మహాపరాక్రమవంతుడై ఉజ్జయినీ నగరాన్ని రాజధానిగా చేసికొని రాజ్యాన్ని పరిపాలించేవాడు. ఆరు నెలలు దేశ సంచారానికి వెళ్లేవాడు. ఆ సమయంలో భట్టి రాజ్యపాలన చేసేవాడు. వరరుచి వ్యాకరణశాస్త్రాన్ని అభ్యసించి పాణిని మహర్షి రచించిన అష్టాధ్యాయి వ్యాకరణ గ్రంథానికి, వార్తికాలు సరళ వ్యాకరణాంశాలు రచించి ప్రసిద్ధుడయ్యాడు. భర్తృహరి నీతిశతకం శృంగార శతకం, వైరాగ్యశతకం రచించాడు.

"స్వస్తి"